AF519568

അന്നാ ക്രിസ്റ്റോ
(അനിഷ മാത്യു, ക്രിസ്റ്റഫർ ജോഷി)

2015ൽ ഡിഗ്രിക്ക് പഠിക്കുമ്പോഴാണ് ക്രിസ്റ്റഫറും അനിഷയും എഴുത്തിന്റെ ലോകത്തിലേക്ക് സന്നിഗ്ദ്ധരാകുന്നത്. ഗിരിദീപം കോളേജിൽ B.A English Language and Literature പഠിക്കുമ്പോഴാണ് അവർ ഇരുവരും 'ഗുൽമോഹർ' എന്ന കൈയ്യെഴുത്ത് മാസികയുടെ എഡിറ്റർമാരായി പ്രവർത്തിക്കുന്നതും ഒരുമിച്ചുള്ള എഴുത്തിന്റെ യാത്ര തുടങ്ങുന്നതും. എംജി സർവകലാശാലയുടെ മുൻ വൈസ് ചാൻസലറും, National Commission for Minortiy Educational Institutions of Indiaയിലെ അംഗവുമായ ഡോ. സിറിയക്ക് തോമസ്സ് അവർകളാണ് ഗുൽമോഹർ പ്രകാശനം ചെയ്തത്. ഇരുവരും 2018ൽ ഏംജി സർവ്വകലാശാലയുടെ ആ വർഷത്തെ ബിരുദധാരികളിൽ ഒന്നും രണ്ടും റാങ്കോടെ ഡിഗ്രി പാസ്സാവുകയും ചെയ്തു. ക്രിസ്റ്റഫർ കാനഡയിലെ അൽഗോൺക്വിൻ കോളേജിൽ നിന്നും Ontario College Diploma in Public Relations എടുത്തിട്ടുണ്ട്. അനിഷ ചങ്ങനാശേരി എൻ.എസ്.എസ് ഹിന്ദു കോളേജിൽ നിന്നും Master of Arts in English Language and Literature എടുക്കുകയും അതിനു ശേഷം യുകെയിലെ ചെസ്റ്റർ സർവ്വകലാശാലയിൽ നിന്നും Master of Arts in Religious Studies പൂർത്തിയാക്കുകയും ചെയ്തു.

Email: anishaandchristopher@gmail.com
instagram id: anna___kristo

Malayalam Language
Irulinte Sangeerthanangal
Aathmanuragam
(Poems)
by
Anna Christo

♦

Published in August 2024
by Kairali Books Private Limited
Thalikkavu Road, Kannur.
Ph : 0497-2761200
Email : kairalibooksknr@gmail.com

♦

Cover Design
Prasanth Mangad

♦

Price ₹ : 220.00
44/24-25/Sl.No.1611/500/NS 18.6
ISBN 978-93-5973-487-3

ഇരുളിന്റെ സങ്കീർത്തനങ്ങൾ

ആത്മാനുരാഗം

അന്നാ ക്രിസ്റ്റോ

കൈരളി ബുക്സ്

കടപ്പാട്

അജ്ഞാനത്തിന്റെ തമസ്സിലും ഞങ്ങളിൽ ജ്ഞാനസൂര്യനായി ഉദയം ചെയ്ത സൃഷ്ടാവിനോട്. ഞങ്ങൾക്ക് ഉയിരും ഉടലും തന്ന് ഇക്കാലമത്രയും പോറ്റി വളർത്തിയ ഞങ്ങളുടെ അച്ഛനും അമ്മയ്ക്കും (അജി വർഗീസ്സ്, ജോഷി ജോർജ്ജ്, ഷീബ അജി & ജെസ്സി മാത്യു). എഴുത്തുകാരായി തുടക്കം കുറിച്ച നാൾ മുതൽ ഞങ്ങൾക്ക് വഴികാട്ടിയായി കൂടെ നിന്ന ഞങ്ങളുടെ നിമ്മമ്മയ്ക്ക് (ശ്രീമതി നിർമ്മല ജോയി), ഞങ്ങളുടെ സഹോദരന്മാരായ അനൂപ് ഇടിക്കുളയ്ക്കും നിതിൻ സി. വർഗ്ഗീസിനും. അറിവും വിദ്യയും പകർന്നു നൽകിയ ഞങ്ങളുടെ ഗുരുക്കന്മാർക്ക്, വിശേഷാൽ ഈ ബുക്കിന്റെ പ്രസിദ്ധീകരണത്തിന് ഞങ്ങൾക്ക് മാർഗ്ഗദർശികളായി വഴികാട്ടിയ ഗിരിദീപം കോളേജ് മുൻ ഇംഗ്ലീഷ് വിഭാഗം മേധാവി ശ്രീമതി ആൻമേരി ജേക്കബിനും, ചെങ്ങന്നൂർ ക്രിസ്ത്യൻ കോളേജ് ഇംഗ്ലീഷ് വിഭാഗം അസിസ്റ്റന്റ് പ്രൊഫസർ ഡോ. ആൻസി എലിസബത്ത് ജോണിനും നന്ദി രേഖപ്പെടുത്തുന്നു. എന്നും തുണയായി കൂടെ നിന്ന ഞങ്ങളുടെ സുഹൃത്തുക്കൾക്കും നന്ദി. അതിൽ ഞങ്ങൾക്ക് എല്ലാവിധ പിന്തുണയും നൽകിയ ഞങ്ങളുടെ പ്രിയ സുഹൃത്ത് ആനന്ദ് സുധാകുമാർ പ്രത്യേക പരാമർശം അർഹിക്കുന്നു. ആനന്ദിന് ഞങ്ങളുടെ കൃതജ്ഞത ഈ അവസരത്തിൽ രേഖപ്പെടുത്തുന്നു. പ്രത്യേക പരാമർശം രേഖപ്പെടുത്തുന്ന കൂട്ടത്തിൽ എടുത്ത് പറയേണ്ട ചില ചിത്രകാരന്മാരുടെ പേരുകളുണ്ട്. ഈ കവിതാസമാഹാരത്തിൽ ഉൾപ്പെടുത്തുന്നതിനായി ഞങ്ങൾ വരച്ച ചിത്രങ്ങൾക്ക് പ്രചോദനമായത് ഇവരാണ്:

Rakesh PK (Chilambu:Fearless Echo for Life), Sapip Tenktai (Skull And Snake), MystisArt (Snake Dance), Sulagna (Spider), Bijay Biswaal (Ballpen Dancing), GeilerArts (Mother Earth), Blood-Huntress (Coffin Drawing), Alfred Basha (Elements and Animal Fused), Redbubble (Sad Girl), Lotophagi (Sun), Prawny Vintage (Quill ink well), Luke Eidenschink (Snail Rider), Boredpanda (Brainstorming), MARCIOABREU7 (Wonder Woman Warrior), Mark Ocampo (Anxiety), Grant Whitehead (Rose), Justine Ashbee (Sharpie Art), Skizzenpapier (Metamorphosis), Harsh Rawat (Coffee Milkyway), Dhun Patel (Asymmetrical balance),

PsyShoop (Monster Eye Black), Mark Ocampo (Heartbreak), GreysonRowan (Growing hand), Alexandra Holownia (Lovers Tree), Carl Mehrbach (Manifest Destiny), Juliet Schreckinger (Rise Above), Gumroad creators- Misty 22 (Gloomy Phantom), DaVinci Graphics freelance artist (Drowning), World Artists (Art Drawing Ideas: Internet Archive), CustombySophy (Inktober 2018), Josue Plata (Anxiety Sketch).

ഇവർ ഓരോരുത്തർക്കും നന്ദി രേഖപ്പെടുത്തി കൊള്ളട്ടെ. എല്ലാറ്റിനും ഉപരിയായി ഈ കൃതി പ്രസിദ്ധീകരിച്ച ഞങ്ങളുടെ പ്രസാധകർ കൈരളി ബുക്സിനും നന്ദി അർപ്പിച്ചു കൊണ്ട്

സ്നേഹപൂർവ്വം,

അന്നാ ക്രിസ്റ്റോ

ആമുഖം

പരിചിതമായ എന്നാൽ തീർത്തും അപരിചിതമായ ഒരു എഴുത്തിന്റെ, കവിതയുടെ വഴിയെ സഞ്ചരിക്കാനാണ് ഞങ്ങളിരുവരും ശ്രമിക്കുന്നത്. ദിക്കുകളും ദിശകളും അപ്രസക്തമാകുന്ന മഹാപ്രപഞ്ചത്തിലെ ഒരു മണൽത്തരിയോടുപമിക്കാവുന്ന മനുഷ്യന്റെ ഹൃദയവാതാരികളിൽ ഒളിഞ്ഞിരിക്കുന്ന ഇരുളിന്റെ താരാപഥങ്ങൾ തേടി. വെളിച്ചത്തിന്റെ നൂലിഴകൾ പോലും കടന്നുവരാനാകാത്ത വിധം റാന്തൽ വിളക്കുകളോ വിളക്കുമാടങ്ങളോ ഇല്ലാത്ത ഇരുളിന്റെ വഴിത്താരകളിലൂടെയാണ് ഞങ്ങളുടെ യാത്ര. എങ്കിലും ഈ ഇരുണ്ട സഞ്ചാരപഥങ്ങളിലൂടെ സഞ്ചരിക്കുന്ന ഏതൊരാൾക്കും പ്രത്യാശയെന്ന വെളിച്ചം കണ്ടെത്താനാകും. കണ്ണുകൾ മൂടപ്പെട്ടിട്ടില്ലെങ്കിലും അന്ധത ബാധിച്ച മനുഷ്യനു മുന്നിൽ ഇരുളിന്റെ ദീപനാളമായി തെളിയുക എന്ന ലക്ഷ്യത്തോടെ അവർക്ക്മുമ്പേ ആ വഴി സഞ്ചരിച്ച രണ്ടു പേർ എഴുതിയ ഏതാനും കവിതകളാണ് ഇരുളിന്റെ സങ്കീർത്തനങ്ങൾ.

മുപ്പത്തിയാറ് കവിതകളാണ് ഇരുളിന്റെ സങ്കീർത്തനങ്ങളിലുള്ളത്. ഞങ്ങളുടെ ആത്മാവിന്റെ അന്തരാളങ്ങിൽ തെളിഞ്ഞ കവിതയെന്ന സൃഷ്ടിവൈഭവത്തിന്റെ പരകോടിയെ മനസ്സിൽ ആവാഹിച്ച് രക്തത്തിലൂടെ അലിഞ്ഞു ചേർന്നൊഴുകി വിരലുകളിലെത്തി പേനയുടെ മഷിത്തണ്ടിലൂടെ പുറത്തേക്കൊഴുക്കിയ സുന്ദരനിമിഷങ്ങളാണവ. ഞങ്ങളിരുവരും അനുഭവിച്ച ആ മായാവൈഭവത്തെ സ്വയം തിരിച്ചറിഞ്ഞ് അത് വായനക്കാർക്ക് ആസ്വാദ്യകരമാം വിധം അവതരിപ്പിക്കുക എന്നതാണ് ഞങ്ങളുടെ ലക്ഷ്യം. ഞങ്ങളുടെ മുൻഗാമികളും സമകാലികരുമായ പല എഴുത്തുകാരും കൈകാര്യം ചെയ്തിട്ടുള്ള വിഷയങ്ങളാണ് വിഷാദം, ദുഃഖം, വേദന, മനുഷ്യ മനസ്സിന്റെ ഇരുട്ട് മുതലായവ. എന്നാൽ അവരെല്ലാം അതിൽ നിന്നൊക്കെ എങ്ങനെ രക്ഷനേടാം, ഒഴിവാക്കാം, അതിൽനിന്ന് എങ്ങനെ പുറത്ത് വരാം എന്നതിനെക്കുറിച്ചാണ് ചർച്ച ചെയ്തിരുന്നത്. ഇവയെല്ലാം ഒഴിവാക്കപ്പെടേണ്ട ദുരന്തങ്ങളും കുറവുകളുമൊക്കെയായിട്ടാണ് കാലാകാലങ്ങളായി ചിത്രീകരിക്കപ്പെട്ടിട്ടുള്ളത്. ഈ വികാരങ്ങളൊന്നും മാറ്റിനിർത്തപ്പെടേണ്ടവയല്ല, മറിച്ച് മാറോട് ചേർത്തണച്ച് അവയുണ്ടാകാനുള്ള കാരണങ്ങൾ മനസ്സിലാക്കി നമ്മുടെ മനസ്സി

നെ അവയോടൊപ്പം സഞ്ചരിക്കാൻ ശീലിപ്പിക്കണം എന്നാണ് ഞങ്ങളുടെ അഭിപ്രായം. മനുഷ്യമനസ്സിന്റെ സഹജമായ വികാരങ്ങളാണവ. അവയെ നാം അവഗണിക്കേണ്ടതില്ല. മറിച്ച് അവയിൽ നിന്നും ഊർജ്ജം കണ്ടെത്തി പുതുവഴികൾ തേടുകയാണ് വേണ്ടത്. ഞങ്ങളെ സംബന്ധിച്ചിടത്തോളം ഇരുളും പ്രകാശവും ഒരുപോലെയാണ്. പകലുകൾ രാത്രിപോലെ ഇരുൾനിറഞ്ഞവയും രാത്രികൾ പകൽപോലെ ഇരുളിൽ പ്രകാശപൂരിതവുമാണ്. ഒരിക്കലും വേർപിരിയാത്ത ഒരു സന്തതസഹചാരിയാണ് ഇരുൾ ഞങ്ങൾക്ക്.

ഞങ്ങളുടെ ആ കൂട്ടുകാരനെയാണ് ഞങ്ങൾ വായനക്കാർക്ക് പരിചയപ്പെടുത്തുന്നുത്. തങ്ങളിലെ ഇരുളിനെ ദൂരെയകറ്റാൻ ശ്രമിക്കുമ്പോഴാണ് അവർ പരാജയപ്പെടുന്നത്. മറിച്ച് അതും തന്നിലെ ഒരു ഭാഗമാണെന്ന് തിരിച്ചറിഞ്ഞു സ്വന്തം സ്വത്വം തേടാനാണ് ഈ കവിതകളിലൂടെ ഞങ്ങൾ പഠിപ്പിക്കുന്നത്. ഇരുളിന്റെ അഗാധഗർത്തങ്ങളിൽ നിന്നും തന്നെ മോചിപ്പിക്കണമേ എന്നാണ് ബൈബിളിലെ സങ്കീർത്തനങ്ങളുടെ പുസ്തകത്തിന്റെ രചയിതാവായ ദാവീദ് രാജാവ് സൃഷ്ടാവായ ദൈവത്തിനോട് ആവശ്യപ്പെടുന്നത്. ഇരുളിന്റെ സങ്കീർത്തനങ്ങളുടെ സൃഷ്ടാക്കളായ ഞങ്ങൾക്ക് വായനക്കാരാകുന്ന ഞങ്ങളുടെ ദാവീദിനോട് പറയാനുള്ളതാകട്ടെ ഇരുളിനെ സ്നേഹിക്കാനും.

റോളാങ് ബാർത്ത് തന്റെ 'എഴുത്തിന്റെ ചരമഗീതം' (ഡെത്ത് ഓഫ് ദി ഓതർ) എന്ന സിദ്ധാന്തത്തിൽ പ്രതിപാദിക്കുന്നത് ഒരു എഴുത്തുകാരൻ തന്റെ കൃതിയുടെ പൂർത്തീകരണത്തോടെ മരിക്കുമെന്നാണ്. പിന്നെയാ കൃതിയുടെ അവകാശികൾ വായനക്കാരാണ്. അസ്വാദകരാണ് പിന്നെയാ സൃഷ്ടിയെക്കുറിച്ച് വിലയിരുത്തേണ്ടതും അഭിപ്രായം രേഖപ്പെടുത്തേണ്ടതും. വായനക്കാരുടെ പൂർണ്ണമായ ആസ്വാദനം മാത്രം കണക്കിലെടുത്ത് ഞങ്ങൾ ഈ കൃതിയിലെ മുപ്പത്തിയാറ് കവിതകൾക്കും പേര് നൽകിയിട്ടില്ല. അവ ആസ്വദിക്കാനും ഓരോന്നിനും ഉചിതമായ പേരുകൾ നൽകാനുമുള്ള പൂർണ്ണമായ അവകാശം ഞങ്ങൾ അവർക്ക് നൽകുന്നു. ഇരുളിന്റെ സങ്കീർത്തനങ്ങൾ പല അധ്യായങ്ങളായി പുറത്തിറക്കാനാണ് ഞങ്ങളുടെ തീരുമാനം. ഓരോ അധ്യായത്തിനും ഓരോ ഉപശീർഷകങ്ങളും നൽകണം എന്നുമുണ്ട്. അതിന്റെ ഭാഗമായി ആദ്യ അധ്യായത്തിന് ഞങ്ങൾ നൽകുന്ന പേര് ആത്മാനുരാഗം എന്നാണ്.

വിശ്വസ്തതയോടെ,

അന്നാ ക്രിസ്റ്റോ

ഒന്നാം സങ്കീർത്തനം

നടരാജ താണ്ഡവമാടിയിരുന്നയെൻ
നാദച്ചിലമ്പിനു സ്വരമറ്റുപോയ്,
മേനിതൻ ചേലുയർത്താൻ
അണിഞ്ഞൊരാ ചമയമിതല്ലെൻ
പൊൻ ചിലമ്പ്.
കലയാം കലയാധാരയിലലിഞ്ഞൊരെൻ
സ്ത്രൈണ ശൗര്യത്തിൻ
അമ്പൊലിയായ് പടരുന്ന ചോരയും,
തളരുന്ന പാദവും
ഊട്ടിയുറപ്പിച്ച് ദൃഢഗാത്രയായ്
നൃത്തമണ്ഡപ രാജ്യം വാണൊരീ ഞാൻ.
അരങ്ങൊഴിഞ്ഞ് പദമൊഴിഞ്ഞ്
ചിലമ്പൊച്ച കേൾക്കാ
അന്ധരകാര ചുഴിയിലെൻ ജഡമൊഴുകി.

ഐരാവത പട്ടണിഞ്ഞ മാനവും
കാർവർണ്ണം ചൂടിയ മേഘവും
എൻ ചുവടാൽ കീഴടക്കാൻ
കൊതിച്ചയെൻ ചിലമ്പിനെ
കവർന്നെടുത്തൊരാ ദ്രോഹിയാം കാലം.
അവൻ കൈയ്യിൽ പൊലിഞ്ഞതെൻ
ജീവൻ മാത്രമെങ്കിൽ ആശ്വാസപാളിയിൽ
മൂടിയേനെ,
അവന്റെ അഴകാർന്ന കരിമ്പടം
ചൂടിയ മെയ്പോലെ
ശുദ്ധമിതല്ലാത്ത
ഹിമവർണ്ണ ഹൃദയകരങ്ങൾ,

അവ കവർന്നു എൻ
ഹേമതരംഗിണിയാം ചിലമ്പിനെ.

അവനവളെ പറിച്ചെടുത്തു
ദുഃഖമന്യേ
അവളെ ഭംഗപ്പെടുത്തി
വേദന തീണ്ടാതെ.
അവളെ കീറിമുറിച്ചു
ഭയം കൂടാതെ,
അവളുടെ
ഉള്ളറിയാൻ മനസില്ലാതെ.
മാംസത്തിൻ സുഖമറിയാൻ
കണ്ണകി തൻ ചിലമ്പിൽ
നിന്നുതിർന്നപോൽ
എൻ ചിലമ്പും പൊഴിച്ചു
അപമാനസമ്മതഭംഗത്തിൻ
രുധിര മാണിക്യം.
അന്ത്യം, അവനവളെ ഉപയോഗശൂന്യം
തിരസ്കൃതവസ്തുവാക്കി,
ആർക്കുമിനിയണയില്ലവൾ
എനിക്കും അവനും.

ഭൂഗോളമറിഞ്ഞില്ലവളെ
തേടിയതില്ലാരും അവൾ സ്വനം
മർത്ത്യൻ തൻ പട്ടുറുമാൽ കൊണ്ടു
മൂടി അവളുടെ വായ്.
അലറരുത് മിണ്ടരുത് കരയരുത്
ശബ്ദം പുറത്തു കേൾക്കരുത്.
നിന്റെ കഥ നിന്റേത് മാത്രം.
ഞങ്ങൾ തൻ ഹൃത്തിൽ

ഇടമില്ല പെണ്ണാം നിനക്ക്.
വാക്കരുത്!
ഇരയായ നീ മോഹിച്ചു
ആ അതിക്രമം ചിലമ്പേ!
ശബ്ദിക്കരുത്!
വൃഥാ എന്തിനു കേൾക്കണം
പഴിവാക്കുകൾ?

രണ്ടാം സങ്കീർത്തനം

കാലമേ നിന്നിലെരിയും
തീനാളമായ് ഞാൻ!
ഭൂതകാലത്തിൻ ഓർമ്മകളെ
ജീവിതമാം തീരത്ത്
ബലിതർപ്പണം ചെയ്തൊരാ
ചുടലപ്പറമ്പിലെ ഒടുവിലാം
തീജ്വാലപോൽ നിൽപ്പൂ ഞാൻ.
കാലം കാത്തുവെച്ച കൽത്തിരി പോൽ
വിധി തൻ ചുഴലിയിൽ
ആടിയുലയും ഏകനാം മാനവൻ.
അക്ഷരമാം അഗ്നിയെനിക്കേകിയ
പരബ്രഹ്മത്തെ
മറന്നൊരു കേവലമാം
മർത്യൻ ഞാൻ.
ദേഹിയാം ദേഹത്തെ
വെടിഞ്ഞൊരെൻ ആത്മാവിനെ
തേടുന്നു ഞാൻ.
എവിടെ ഞാനത് കണ്ടെത്തും ?
ഒരു ജന്മം കേവലമൊരു ചാൺ
കയറിലൊടുക്കിയ എൻ താതനിലോ ?
അതോ ഒരു ജന്മം മുഴുവനെനിക്കായ്
ഉഴിഞ്ഞു വെച്ചൊരെൻ ജനനിയിലോ?
അതോ അജ്ഞാനമാം തമസ്സിനെ നീക്കി
ജ്ഞാന പ്രകാശമെനിക്കേകിയ
എൻ ഗുരുനാഥനിലോ ?
എവിടെ എന്നാലോചിച്ചൊടുവിൽ

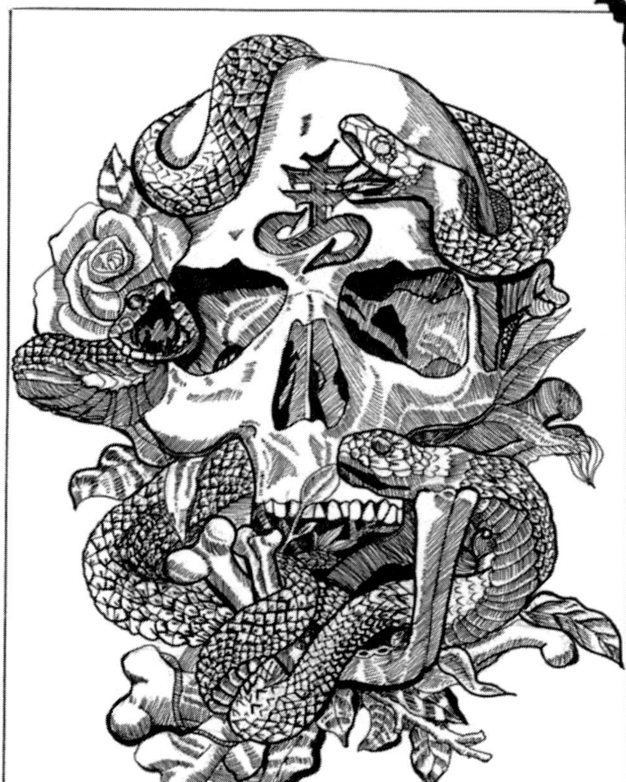

ഞാനത് കണ്ടെത്തി...
എന്നിലായിരുന്നത്...
ഞാനെന്ന ഭാവമായിരുന്നത്...
ഞാൻ... ഞാൻ... ഞാൻ
ഞാനെന്ന ചിന്തയായിരുന്നത്.
എനിക്കായ് കാലമൊരുക്കിയ
ചിതയിൽ കെട്ടടങ്ങാനൊരുങ്ങവേ
ഞാനറിഞ്ഞു എന്നിലേ
ഞാനെന്ന ഭാവത്തെ...
ബ്രഹ്മനെനിക്കേകിയ
വിദ്യയെ മറന്ന്
ഏതോ വഴിമ്പലങ്ങളിൽ
ഞാൻ തേടിയിറങ്ങിയ
എൻ ആത്മാവിനെ...
ഒടുവിൽ മൃത്യുവിൻ
അഗ്നിയിലെരിഞ്ഞൊടുങ്ങും
കേവലമൊരു പുൽക്കൊടിപോൽ
ഞാനറിഞ്ഞൂ
എന്നിലെ ഞാനിനി ഇല്ലെന്ന്...
ജീവിതമെന്ന മരീചിക
മാഞ്ഞുപോകുമെന്ന്...

മൂന്നാം സങ്കീർത്തനം

സമയം! ഇന്നെനിക്ക് ചെറുതാളത്തിൽ
കൊട്ടിയാടുന്ന മൂന്നു നാഗ നർത്തകിമാർ
നാഗപ്പാട്ടും കാവൂട്ടും കാവിയും നിഷിദ്ധമായ,
നഗ്നരായ് നിർത്താത്ത അനന്തമായ
ഒരു ഓട്ടത്തിലാണവർ.
എന്റെ മുന്നിൽ കുടിവെച്ചു വാഴുന്നിടവും
ഗംഭീര ശരീര ഘടനയും മാറ്റി നിർത്തവേ,
അവർ വലം വെയ്ക്കും ഇടമതു സംഖ്യ തന്നെ!
നിറപ്പൊടികളും കോലക്കളങ്ങളും
നിറയൊഴിച്ചാളിയ തിരികളും
ഇല്ലാ നഗ്നരാം നർത്തകികൾ!
എന്റെ സമയവും ശബ്ദവും
നിങ്ങൾ മാത്രം.
വിറപൂണ്ട മേനിയിൽ
ശുഭ്രപട്ടു പുതച്ചൊരു കോണിൽ
നിങ്ങളെ നോക്കിയിരിപ്പൂ ഞാൻ,
നിങ്ങൾ കുറിക്കും കാലവും
ഭൂതകാലം ചേർക്കും കാലനും
വെറും അർത്ഥശൂന്യമാം
കെട്ടുകഥകളോ?
ആഗമനവും പ്രവചനവും

ഈ ദിനം വാർത്തെടുത്ത
എന്നെ സംതൃപ്തയാക്കുന്നില്ല.
എനിക്ക് ജീവപ്രേരകമായ ഒന്നുമേ
ഇന്ന് നിലകൊള്ളുന്നില്ല.
നിങ്ങളാണെന്നിലേ ജീവന്റെ തെളിവ് !

എന്തിനെന്നറിയാതെ മിടിക്കുന്ന
എന്റെ ഹൃദയം
നിങ്ങളുടെ നടനത്തിൻ താളത്തിൽ
അലിഞ്ഞെന്നപോലെ
ഓരോ ചുവടിൻ താളവും
ജീവൻ തൻ തെളിവാം മിടിപ്പും
ദൂരെയെങ്ങോ എങ്ങോ മുഴങ്ങിയ വാങ്കും
മാത്രം ജീവിതത്തിൽ
ഒന്നായി അലിഞ്ഞ് കേട്ടു.
ഇനിയും എത്രകാലം വൃഥാ
ഈ ആട്ടം കാണും ഞാൻ.

ആരോ പറഞ്ഞു ദേവദേവതകൾക്കു
മുന്നേ ചലിച്ചവർ നിങ്ങളെന്ന്.
എങ്കിൽ വാദ്യോപകരണങ്ങൾ
ചുറ്റും പിടിച്ചു മീട്ടുന്ന താളത്തിൻ
ഊർജ്ജമതേറ്റു മുറിച്ചു
കളയുവതെന്നോണം
വേഗമതേറ്റി എത്തിക്കും
ജീവന്റെ ആയുസ്സിനറ്റത്ത്.
മതിയായി ഇവിടെ ജീവച്ച്
മരണമിതിന്ന് കാക്കുവതെന്തേ
മതിയായി ഇവിടെ പ്രേമിച്ച്
മരണമിതിന്ന് അകലവുതെന്തേ.

നാലാം സങ്കീർത്തനം

വിധിയോ ഒരു ചിലന്തി വല.
കർമ്മം നൂൽ നൂൽക്കും
ഒരു മണി മാളിക.
മാറാപ്പു പോൽ ചുറ്റി വരിയും
മാറാലയാം കെണിയത്.
കേവലമൊരു പൂച്ചിയാം
എൻ പ്രാണന്റെ പൂച്ചിന്
വിലക്കായി നിൽപ്പത്.
ചുക്കിലി ചുക്കെന്ന് നിനയ്ക്കണ്ട
ചുഴലി പോലത് ചുഴിയും
വരിഞ്ഞു മുറുക്കും.
അനങ്ങരുത്! പിടയരുത്!
പതിയെ വിടുവിക്കണം.
മുന്നറിയിപ്പുകളൊരുപാട്
തന്നെങ്കിലും വലയിൽ
ഒരിരപോൽ കുരുങ്ങിയ നേരം
ഭയത്തിൻ കരാളഹസ്തത്തിലമർന്നു
എൻ ചേതന.
ദേഹിയാം പുറം ചട്ടയെ വെടിഞ്ഞു
നിത്യവും ഉദിക്കും സൂര്യതേജസ്സാം
ബ്രഹ്മനിൽ അലിയാൻ ഉത്സുകനായി
അരുതെന്നൊരായിരം വട്ടം അരുളിയ
ചൊൽവാക്കു മറന്നൊരീച്ചയെ പോൽ
തലങ്ങും വിലങ്ങും പിടഞ്ഞു ഞാൻ.
വിധിയിൻ വലക്കണ്ണികളിൽ
ഊഞ്ഞാലാടിയ നിമിഷം വലയിൽ
എൻ പകർന്നാട്ടത്തിൻ

പ്രകമ്പനം ഒരു തിരമാലപോൽ
അങ്ങിങ്ങോളം പാഞ്ഞു
നടന്നതറിഞ്ഞില്ല ഞാൻ.
ഗുഹാമുഖത്തിന്നിരുണ്ട കോണിൽ
അരണ്ട വെളിച്ചത്തിൽ ഞാൻ കണ്ടു,
എനിക്ക് നേരേ നോക്കും
ചുവന്ന വലിയ കണ്ണുകൾ!
വാളുപോൽ മിനുങ്ങും ദംഷ്ട്രങ്ങളും
പാതാളവായിൽ വെണ്ണീർ
കുഴമ്പുപോൽ ഒലിച്ചിറങ്ങും ഉമിനീരും.
എട്ടുകാലുകളും എട്ടുദിക്കുകൾ
മുഴങ്ങുമാറ് കുളമ്പടിച്ചു.
പാറപോൽ ഉരുണ്ട ഇരുണ്ട ദേഹവും
അകമ്പടിയായി ഒപ്പം കൂടി.
ചിലന്തി തൻ ചതുരംഗ കളിയിൽ
വീണൊരു കാലാൾ കരുവായി മാറി ഞാൻ.
എട്ടുകാലിയാണെൻ കാലനെന്നറിഞ്ഞ
ക്ഷണം കഷണം കഷ്ണമായി
നുറുങ്ങിയെൻ പ്രതീക്ഷകൾ.

മനുഷ്യൻ പ്രത്യാശിക്കുന്നു
ഈശനോ നശിപ്പിക്കുന്നു.
വിധി തൻ മാറാലകൾ ഇനിയും
ഷഡ്പദങ്ങൾക്കായി വല വിരിക്കും.
അതിൽ കുരുങ്ങാൻ ഒരുങ്ങാം
നമുക്ക് പ്രാണനിർഭരം.

അഞ്ചാം സങ്കീർത്തനം

അഴികളാൽ ബന്ധിക്കപ്പെടാത്ത അഴികളും
മൂടാതെ മൂടുന്ന അന്ധകാരവും
ശിശിരകാല കാറ്റിലും
ഉള്ളിലെ അഗ്നി എന്നെ
ചാരമാക്കുന്ന പോലെ....
ഞാൻ നിശ.

മനസ്സിലെ വെമ്പൽ എഴുതിയിട്ടും തെളിയാത്ത
മഷി വറ്റിവരണ്ട തൂലികച്ചുണ്ടും
പൂക്കൾ മറന്ന കബറിടവും
ദാഹിച്ചു വരണ്ട കണ്ഠനാളവും
മുളച്ചുതിരുന്ന എൻ പാൽ പല്ലുകളും...
എന്നെ നിശയാക്കി.

വേദനയാലെൻ ദന്തങ്ങൾ തുടിക്കവേ
ദിനരാത്രങ്ങൾ നിറയാതെ
അന്നത്തിനായ് കേഴുന്ന എൻ ആമാശയം
സൂര്യനെ കാണാതെ കോരിത്തരിക്കുന്ന
എൻ ത്വക്ക്...
ഞാൻ നിശ.

ചിലമ്പണിഞ്ഞ് കുങ്കുമച്ചേല ചുറ്റിയ ഞാൻ
കർണ്ണക്കുണുക്കിൻ താളത്തിൽ
നെന്മേനി വാക പൂക്കൾ മെതിയടിയായി
രാവറിയാതെ പകലറിയാതെ
ഋതുവറിയാതെ ഋതികയറിയാതെ...
നിശയായ ഞാൻ.

അറക്കപ്പെട്ട കൂന്തൽ തൻ ലജ്ജയും

നശിപ്പിക്കപ്പെട്ട ശരീരത്തോടുള്ള അറപ്പും
തകർക്കപ്പെട്ട ശിരോവസ്തിയുടെ വേദനയും
അഗ്നിയിൽ നിന്നു പച്ചമാംസം കരിഞ്ഞുതിർന്ന
ദേഹിയും ഇന്ന് ദുഃഖത്തിൽ അല്ല...
ഇത് നിശയുടെ പാട്ട്.

വൈരാഗ്യത്തിൽ ജനിച്ച നിശ ഇന്ന്
വൈരാഗിയാണ് അഘോര വൈരാഗി.
എന്നിലെ ദുഃഖം മാഞ്ഞു പകയും
മനുഷ്യനും അവന്റെ കർമങ്ങളും മറന്നു
ഈ നൂറ്റാണ്ടിൽ ഞാൻ സന്തുഷ്ടയാണ്...
ഞാൻ നിശ.

പലകപ്പയ്യാനി ചാരി
നരിച്ചീറുകൾക്കിടയിൽ നൃത്തമാടി
ചന്ദന സുഗന്ധം മെയ്യിൽ പൂശി
മഴത്തുള്ളികളും സ്വേദനം ആഭരണമായ് അണിഞ്ഞ്

കരിമ്പന ചോട്ടിൽ വിശ്രമിച്ചു...
മനോഹരി നിശ.

യുഗങ്ങൾക്കു ശേഷം ആരോ
എന്നെ അവന്റെ മനസ്സിൽ പകർത്തി.
എന്റെ ചന്ദന തുടകളും മഞ്ചാടി ചുണ്ടുകളും
ഇതൾമുല്ലകൾ പോലെയുള്ള നഖങ്ങളും
അവൻ മിണ്ടാതനങ്ങാതെ നിന്നു...
നിശയെ നോക്കി.

കാമദാഹം നിറഞ്ഞു
അവന്റെ കണ്ണുകളിൽ,
അവൻ നിശയുടെ അരികിലേക്കു നീങ്ങി.
വിളിച്ചില്ല ഞാൻ നിന്നെ ദാഹം തീർക്കാൻ
എൻ നിണം ഒഴുകും ചഷകമേ!
ഇത് നിനക്കായി നിശ രചിച്ച മരണമൊഴി.

ആറാം സങ്കീർത്തനം

ഒരു ചെമ്പനീർ പൂവിൻ
ഓർമ്മയ്ക്കായ് ഞാനൊരാ
പാൽനിലാവിനോട് ഒരു
പാൽ കിണ്ണം ചോദിച്ചു.
ഒരുവൻതൻ മാലയിൽ
കോർക്കാൻ കാത്തുനിൽക്കും
പൂവിനെന്തിന് നിൻ പാൽ
കിണ്ണമെന്നായി ചന്ദ്രയാൻ.
എങ്കിലും സ്നേഹിച്ചു പോയി
ഞാനാ ചെമ്പനീർ പൂവിനെ,
ചെമ്പട്ടണിഞ്ഞ ആ
അശ്വിനി ദേവിയെ.
വേദനയെങ്കിലും സുഖമുള്ള
ഒരു ഓർമ്മയായി എന്നിലെന്നും
അണയാതെ കത്തി
നിൽക്കും ആ ജ്വാല.

അതിൽ സ്വയം
എരിഞ്ഞൊടുങ്ങും ഒരു
നിശാശലഭമായി മാറി ഞാൻ.
നിദ്രയെ അകറ്റി ഞാൻ
കൂട്ടിരുന്നു അവൾക്കായി
കണ്ട കാഴ്ചകൾ മനോഹരം
കാണാത്തവ അതി
മനോഹരം എന്ന മട്ടിൽ.
നിദ്രയെൻ കൺപോളകളിൽ
തീ പടർത്തുമ്പൊഴും

അവൾക്കായി അകറ്റി
ഞാനാ നിശാഗന്ധിയെ.
പുഞ്ചിരി തൂകിയവൾ
നിൽക്കുമ്പോൾ
മറ്റെല്ലാം മറന്നു ഞാൻ.
മറ്റൊരുവനിൻ
സ്വന്തമാകുമെങ്കിലും
അവളെൻ പ്രിയ
തോഴി ആയിരുന്നു.
ഗന്ധർവ്വ മാലയിൽ
അവൾ കോർക്കപ്പെടുമ്പോൾ
നിശയും നിരാശയും
കൂട്ടിനായി ഉണ്ടെനിക്ക്.
ഇനിയുള്ള കാലം അവൾ

തൻ ഓർമ്മകളിൽ
ജീവിപ്പതാണ് എനിക്കിഷ്ടം.
ഒരു കിണ്ണം പാൽക്കിനാവിനായി
നിലാവേ നിന്നോട് കേഴുന്നതും
അതിനായി തന്നെ.
ചെമ്പനീർ പൂവിനെ
സ്നേഹിച്ച വണ്ടാണു ഞാൻ.
ദിശയറിയാതെ തിക്കി
തിരക്കും ഒരു കരിവണ്ട്.

ഏഴാം സങ്കീർത്തനം

സകല ചരാചര സൃഷ്ടിയുമിടറി
കൊലുസ്സുകൾ കൊഞ്ചിയ താളത്തിൽ,
കണ്ണുകൾ ചിമ്മി മിടിപ്പുകൾ നിന്നു
ഇടുപ്പുകളിളകിയ ചാരുതയിൽ,
വിഭിന്ന നിറത്തിൽ ചേലകൾ ചുറ്റി
ശോഭയിൽ നീങ്ങി ഒന്നായി,
കോവിലിൽ വാഴും ദേവികളെല്ലാം
അയുധമേന്തി വരവായി,
വിശുദ്ധകളോടൊത്തു
ഒന്നായ് ചേർന്നു അൾത്താരയിലെ മാതാവ്.
കൂടെ കൂടി കാട്ടിലെ ദേവി
ഒപ്പം വരവായി കരിമുത്തി.
ഒത്തൊരുമിച്ചു നോക്കി
മതിലിനപ്പുറമുള്ളൊരു പള്ളിയിതിൽ,

ഉദിച്ചു ചന്ദ്രക്കല അവിടങ്ങനെ
ഹരിതം പൂശിയ സൗധത്തിൽ
തുളുമ്പിയ സ്ത്രീത്വം തിളങ്ങും
കണ്ണുകൾ കണ്ടവർ അങ്ങനെ അന്തിച്ചു
ഉള്ളിൽ നോക്കി ദൈവ കണ്ണുകൾ തേടി
അവിടൊരു സ്ത്രീസത്ത,
ഇല്ല ഇല്ല തീർത്തും ഇല്ല
സ്ത്രൈണത തൂകിയ തരി പോലും,
വാർത്തു കണ്ണീർ എന്തിനു വേണ്ടി
എന്നറിയാത്തൊരു കാരണത്താൽ.
മതിലിൽ തൂങ്ങിയ കണ്ണുകളെല്ലാം

ഉറച്ചു മുന്നിൽ പാതയതിൽ,
ഊർജ്ജസ്വലമാം പാദസ്പർശം
വീണ്ടും വീണ്ടും മണ്ണിതിൽ തൻ,
മുഴങ്ങി എങ്ങും പാദസ്വരമിത്
ഭയമതിലേറി ജനമെങ്ങും,
ദേവികൾ തമ്മിൽ പുഞ്ചിരി തൂകി
അട്ടഹസിച്ചു കൂട്ടമോടെ,
ഇന്നിതു കണ്ട് ഭയമോടു അലറിയവർ
നാളെ തുള്ളും ഉന്മത്തം,
പിച്ചിച്ചീന്തും താതൻ തനുജനെ,
ഭക്ഷണമാക്കും വംശത്തെ,
പടരും ചോരക്കടിലിനു ചേരും
വിരക്തിയാമൊരു ആസക്തി.
ചാകും നാളെ മനുഷ്യരാശി
മൂടോടഴിയും ഭൂസ്വർഗ്ഗം,
ഇന്നിതോർത്ത് ദേവികൾ തൂകും
ചിരിയിതിവിടൊരു സൂചനയാം.
ഇന്നിവർ ഇവിടം വിട്ടിറങ്ങുന്നു
വേണ്ടാ സ്ത്രൈണത ഭൂമിക്ക്
'പൂക്കളൊരുക്കിയ താലത്തിൽ
നമ്മെ ഇരുത്തിയ മാളോരേ,
തളച്ചു ഞങ്ങളെ നിൻ കൈയ്യാൽ
ഞാൻ പാലൂട്ടിയ മാളോര്
സഹനമെന്നൊരലങ്കാരം
ചാർത്തി തന്നൊരു മാളോരേ
കന്യക എന്നൊരു പൊൻ പട്ടം
പൂജിച്ചരുളിയ മാളോരേ
താഴ്മയാകും മാതാവായ് ഞങ്ങളെ
പുതച്ചുമൂടിയ മാളോരേ

അന്നം തന്നൊരു കൈയ്യെന്ന് ഞങ്ങളെ
വാഴ്ത്തി പാടിയ മാളോരേ
എന്നോ പണിതൊരു സംസ്ക്കാരത്തിൻ
ചേലയണിയിച്ചൊരു മാളോരേ,
വിധേയത്വത്തിൻ ഗർഭമണിഞ്ഞ ഞങ്ങളെ
പൂജിച്ചവരാം മാളോരേ.'
പിതൃമേധാവിത്വം കത്തിജ്വലിക്കും

ഇന്നീ ഭൂമി തളച്ചെന്നെ,
വിലങ്ങുമുറിച്ച് കൂട്ടരുമൊത്ത്
ഒന്നായ് പോകും ദേവതമാർ,
ദേവതയില്ലാ നാട്ടിൽ നിനക്ക്
മേധാവിത്വം കൊണ്ടാടാം.
ദേവാസുര മാനവ ഭൂവിൽ
പുരുഷത്വം തന്നെ മേധാവി!
വാഴ് വാഴ് നാട്ടിൽ വാഴ്
വാഴു സ്ത്രീത്വമില്ലാ നാട്ടിലത്!
പടിയിറങ്ങുന്നു ഞങ്ങളൊന്നായ്!
വാണരുളീടു ഈ നാട്ടിൽ

എട്ടാം സങ്കീർത്തനം

വിരസമാം ഒരു ദിനത്തിന്റെ
ഏതോ യാമത്തിൽ ഞാൻ നടന്നു.
മുമ്പ് ആരോ നടന്ന വഴികളിലൂടെ.
പുഞ്ചവയലോരങ്ങളും
നെൽക്കതിരുകളും
നിറഞ്ഞ ഗ്രാമങ്ങളിലൂടെ
ദുർഗന്ധം വമിക്കുന്ന അഴുക്കു
ചാലുകളും നിശാക്ലബുകളിൽ
ഉന്മാദത്തിന്റെ പരകോടിയിൽ
എങ്ങോ മുങ്ങി മറഞ്ഞുപോയ
തെരുവിളക്കുകൾ തെളിഞ്ഞ
നഗരങ്ങളിലൂടെ

പാതകളും ജലാശയങ്ങളും
കൈവഴികളും താണ്ടി ഞാൻ
യാത്ര തുടർന്നു.
മേഘപാളികൾക്കിടയിൽ
ഒരു അശ്വാരൂഢനേപ്പോൽ
ഞാൻ കുതിച്ചു.
കാകനും കഴുകനും
രാകിപ്പറന്ന മരണത്തിന്റെ
താഴ്വാരകളിലൂടെ നടന്ന്
ഒടുവിൽ ഞാനെത്തി...
എവിടെ തുടങ്ങിയോ അവിടെ തന്നെ.

ഒമ്പതാം സങ്കീർത്തനം

ഹിമാംശു തൂകാത്ത,
ചന്ദ്രികയിൽ അലിയാത്ത,
നിണമണിഞ്ഞ താഴ്വരയിൽ,
ഇരുളിന്റെ രാജകുമാരി നൃത്തം വച്ചു.
ജാലങ്ങളാൽ സൗധം പണിതവൾക്ക്
കിന്നരവും മീട്ടുവതവൾ തന്നെ.
നോക്കി അവളവിടെങ്ങോ
ദൂരേ കണ്ടു ചന്ദ്രൻ ചിരിതൂകി,
ആടി ലയമോടാടി അവൾ
അവനരികിൽ ചെല്ലാൻ കാംക്ഷിച്ചു.

പെട്ടന്നല്ലോ അരികിലെത്തി
അവൾ കൈകൾ പിടിച്ചു പിന്നോട്ട് !
'നിഷിദ്ധമല്ലോ നിൻ മേനിക്ക് വെളിച്ചം
ഞാൻ തീർത്ത ഇരുളിന്റെ പുത്രി,
ഇരുളിന്റെ സത്യങ്ങൾ
നോവേറും വ്രണമത്രേ,
ചന്ദ്രമണിയാം ദേഹം തൊട്ടത് ഞാൻ
ബാന്ധവനല്ലോ ഭോഗത്തിന്നരചൻ !
സഹിപ്പതില്ല എൻ മനസ്സ്,
ചന്ദ്രബിംബമേറ്റു തീണ്ടാമണി പോൽ
വാടും നിൻ തിരു മെയ് കണ്ടാൽ !

ഇരുൾ മുറിക്കും അരുണൻ തൻ
കിരണമഴിക്കും നിൻ മെയ്യാട !
ശാന്തമാം ധ്വാന്തത്തിലലിയും നീ
സ്വസ്ഥമായി ഉറങ്ങു കരയാതെ !

ബാന്ധവൻ വിടപറയേ പതിച്ചു
ബാഷ്പം ഭൂമിതൻ മാറിൽ,
അവൾ അറിഞ്ഞിരുന്നു
മോക്ഷമില്ലാ ജീവിതത്തിൽ
ദൈർഘ്യമേറിയ ദിനങ്ങൾ.
നിദ്രയില്ലാ നിദ്രയാം യാമങ്ങളിൽ
അവൾ എന്നുമുറങ്ങും
അവൾ ഭൂതകാലത്തിൻ നോവിൽ
വാർത്തെടുത്തവൾ രന്ധ്രങ്ങളിലൂടെ
കനൽ നിറച്ചൊരു തമിസ്രകുമാരി
ഉള്ളിൽ കനലിൽ തീവെള്ളികൾ നിറച്ചവൾ.
സൂര്യചന്ദ്ര കിരണം തീണ്ടാൻ ഭയന്നവൾ !

പത്താം സങ്കീർത്തനം

ഇനിയുമുറങ്ങാത്ത രാത്രികളിൽ,
ഇരുളിൻ അഗാധമാം വീഥികളിൽ,
നിദ്രയെ വെടിഞ്ഞൊരു രാപ്പാടി
പോൽ അലയുവതെന്തേ മനം.
വെളിച്ചമെന്ന ദുഃഖത്തേക്കാൾ
ഇരുളിനെ സ്നേഹിച്ചൊരെൻ
മനതാരിൽ തെളിഞ്ഞൊരാ
ഭ്രാന്തമാം വേളയിൽ,
കണ്ടു ഞാനാ ദൃശ്യവിസ്മയത്തെ.

ഇമചിമ്മും നേരം കൊണ്ടത്
ഒരു നിഴലെന്നപോൽ എങ്ങോ മാഞ്ഞു.
ഇരുൾ വീണ വഴികളിൽ
നിശബ്ദമാം തെരുവോരങ്ങളിൽ
തേടിയലഞ്ഞു ഞാനതിനെ.
രാമൻ തേടിയ സീതയേപോൽ,
തമസ്സിൻ ചക്രവാളങ്ങളിൽ ഞാൻ
തേടിയൊരാ മായക്കാഴ്ച്ചയെ
ഇൻസോംനിയ എന്നാരോ വിളിച്ചു!
എങ്കിലും ഞാൻ സ്നേഹിച്ചു
എൻ നിദ്രയെ അകറ്റിയൊരാ വിസ്മയത്തെ.
ഉറക്കമില്ലാത്ത രാത്രികളെനിക്ക് സമ്മാനിച്ച
എൻ പ്രിയ സുഹൃത്തിനെ.

പതിനൊന്നാം സങ്കീർത്തനം

ഉദയ സൂര്യൻ വലവിരിച്ച
ഓണപൂക്കൾക്ക് മുത്തം
കൊടുത്തിട്ടില്ലവൾ,
അവൾക്ക് പ്രിയമാം തമസ്സിൻ
വീഥിയിലെ നിശയേ മോഹിച്ച
നിശാപതിയേയും കണ്ടിട്ടില്ലവൾ,
എന്നോ എങ്ങോ ദൂരെ കണ്ട
നിഴൽ ചന്ദ്രനെന്നുമോർത്ത്
ജീവിച്ചു തീർത്തവൾ.
അവൾ ഇരുളിന്റെ രാജകുമാരി!

യുഗ യുഗാന്തരങ്ങളായ്
സന്ധ്യയെ വേലയതേൽപ്പിച്ച്
വിശ്രമം പൂണ്ടൊരു മാർത്താണ്ടൻ,
ഇന്നുമിറങ്ങി ആകാശത്തിനു
വിടയോതുന്നൊരു ചിരിയോടെ,
പതിയെ നടക്കെ ദൂരെ കണ്ടു
പാറക്കെട്ടിൽ നിഴലിനിടയിൽ
മുത്തുകൾ പോൽ തിളങ്ങുമെന്തോ,
പതിയേ ക്രമമായ് വലം വെച്ചീടിൽ
കണ്ടു മധുര മനോഹര ചുരുൾ മുടികൾ,
ഗോരോചനം പോൽ അലിഞ്ഞൊഴുകിയ
അജ്ഞാത സുന്ദരിതൻ മുടിയിൽ
മെല്ലെ ചാഞ്ഞവൻ കിരണമേകി,
മിണ്ടാതനങ്ങാതെ നിന്നു സൂര്യൻ
തടഞ്ഞു ഇന്ദുവിനെയെങ്ങോ,

സന്ധ്യ വിറച്ചു നീണ്ടു ദിനമതിനേരം
കൂടി ഹരിദശ്വനറിയാതെ,
അരികിലടുക്കാൻ നോക്കി
അവളുടെ അഴകതുകാണാൻ കൊതിയോടെ.
അവളിൽ പതിച്ചൊരു കിരണമതത്രേം
കനിവാർന്നില്ല ഭാസ്കര ഹൃദയം പോൽ,
ചന്ദ്രമണിയേം തോൽപ്പിച്ചവളുടെ
മേനി എരിഞ്ഞു അവനുടെ കിരണത്തിൽ,

നിദ്രയിലാഴ്ന്നവൾ ഞെട്ടി ഒളിച്ചു
നിഗൂഢമാം ഇരുളിൻ മടികൈയിൽ.
അവൻ തൻ കിരണ കരങ്ങൾ
അവളെ അവനറിയാതെ നോവിച്ചു,
ഓടിയകന്നൂ അവനവൾ തൻ
വസതിയിൽ നിന്ന്

ബിന്ദുവിനേകി ബാക്കി ദിനം.
കണ്ണീർ വാർത്തു സൂര്യനവിടെ
അറത്തുമാറ്റണമവളെ
ദ്രോഹിച്ചെൻ കരങ്ങൾ !
ഭൂമിയിൽ ഏതോ കോണിൽ
നിന്നും വശ്യമാമൊരു സംഗീതം കേട്ടു
നിർത്തീ അശ്രു,
തേടി അവനാ രുദ്രഗീതത്തിന്നുറവിടം.
മിത്രമാം സുധാംശുവിനേ
പുതച്ച ബഹുമാനവും ,
കാലസമയ നിയന്ത്രണങ്ങളും
ഭൂമിയോടുള്ള നീതിപാലനവും
ആ ശബ്ദത്തേ തിരയാൻ
മോഹിച്ചവനേത്തടഞ്ഞു.
പൊടുന്നനെ അവനൊരു
സ്വർണ്ണ ശലഭമായ് മാറി,
പറന്നൂ അകമ്പടിയില്ലാതെ,
നാടതുതേടി കാടതു താണ്ടിയെത്തി
ഇരുളിൻ വസതിയതിൽ,

തെളിവായ് കണ്ടു ഈമുറ അവളെ,
അലിഞ്ഞു വശ്യ ഗായികയിൽ,
ഭയന്നൊരു നിമിഷം നിന്നവനവിടെ
അവളെ നോവേൽപ്പിക്കാനാകാതെ,
തിളങ്ങും സൂര്യപ്രഭയിലടിച്ചൂ തമോഭരം
കിഴിച്ചു പൊൻചിറക്
കൊലുസുകൾ കൊഞ്ചിച്ചരികിലണഞ്ഞു
ഇരുളിൻ കുമാരി അവൻ മുന്നിൽ.
മെല്ലെയെടുത്തൂ അവൾ,

കൈയ്യിൽ അവനെ
ആശ്ചര്യത്തിൽ നോക്കി നിന്നു
അവൾ കൈകൾ നടുവിൽ
തിളങ്ങിയ ശലഭത്തെ
ആദ്യമായ് തെളിച്ചു നോവിച്ചില്ലവളെ
പതിയേ അലയടിച്ചു പറന്നു
അവൾ മുന്നിൽ
അനുരാഗം തോന്നി അവനോട്
ചുണ്ടുകൾ കൊണ്ടൊരു മുത്തം നൽകി
പൊന്നിതണിഞ്ഞൊരു ഭാനുവിന്,
പക്ഷെ!
അരുണകിരണം നിഷിദ്ധമല്ലോ
ഇരുളിൻ രാജകുമാരിക്ക്.

പന്ത്രണ്ടാം സങ്കീർത്തനം

പൗർണമി യാമങ്ങളിൽ
പ്രകാശിപ്പു ചന്ദ്രയാൻ
വെള്ളി വെളിച്ചം വീശും
നിലവിനു ചാരെ പ്രണയാർദ്രമാം
ഇണക്കുരുവികൾ
ഈണമിടുന്നതിനാലത്രെ.

പ്രണയം ജ്വലിക്കും ഹൃദയം
നക്ഷത്രങ്ങൾ തൻ പ്രകാശം
തന്നിലേക്കാകർഷിക്കുമ്പോൾ
പ്രണയിപ്പോർ മനം സ്വപ്നലോകത്തിൽ
ഇഴചേർന്നൊഴുകുകയായി.
ആത്മാവിൽ വിനീതരായി,
സ്നേഹത്തിൻ സുന്ദരമാം
പ്രകാശത്തിൽ അവർ പൂക്കൾ
വിടർത്തുകയായി.
സ്നേഹാലസ്യത്തിൻ മായാമോഹം
മനസ്സിൽ ഒരു കുടയെന്നപോൽ
അവരെ മറയ്ക്കുന്നു.
വസന്തം പോയി മറയുമ്പോൾ
ഋതു തൻ സൗന്ദര്യം ആസ്വദിക്കാൻ
മനം ശീലിക്കുകയായി.
ജീവിതത്തിൻ അപൂർവ്വ നിമിഷങ്ങൾ
കോർത്തിണക്കും മഹോത്സവമാണിത്.
പ്രണയപരവശരാം കമിതാക്കൾ
തൻ ഹൃദയം സ്നേഹം ഒരു

പുതുമഴയായി ഒഴുക്കുന്നു.
ബുൾബുൾ ചേക്കേറും
ആൽമരങ്ങളുടെ ചില്ലകളിൽ
ഇളംകാറ്റു തീർക്കും മർമ്മര സംഗീതം
കിള്ളിക്കുറിശ്ശി മേള പോൽ
കലഹം കൂടും മഞ്ഞക്കിളികളുടെ
പെരും കാഹളം.

കാകന്റെ പോർവിളിയും
അണ്ണാന്റെ ഓട്ടം തുള്ളലും,
കൊഞ്ചും കുറുവാൽ കുരുവികളും
ഒപ്പം അവരും.
ഇരു ഹൃദയങ്ങൾ ഒന്നാവും
അസുലഭ നിമിഷം.
കമിതാക്കൾ ഒന്നാകും നിമിഷം
അത് പ്രകൃതിയുടെ പ്രിയമേറും നിമിഷമല്ലോ.

പതിമൂന്നാം സങ്കീർത്തനം

എന്റെ കാരണഭൂതാ,
പുസ്തകതാളിനപ്പുറം
ചേതനയാം എന്നെ
വിസ്മരിച്ചോ നീ?

എൻ പുഷ്യരാഗ
പവിഴ ഹൃദയം
താതാ നീ ഗ്രഹിച്ചില്ല
കണ്ണീരില്ല പരിഭവമില്ല
ദേവശപഥമായെനിക്ക്.
അരക്കെട്ടിൽ
അരളിപ്പൂ ചുറ്റി
അതിലൊന്നിറുത്തു
പുഞ്ചിരിയോടെ
ഒപ്പം തോഴൻ
തൻ പ്രാണനും.
ജനകാ നിനക്കായും നീട്ടും,
എൻ കൈ കുമ്പിളിൽ
ഒരു പിടി അരളിപ്പൂ
ചെറുപുഞ്ചിരിയോടെ
പകയും സ്നേഹവുമായി.
നന്ദിനി നീട്ടിയ നഞ്ച്
കണ്ണിൽ കരുണയോടെ കുടിക്കും
അപ്പോൾ അരികിൽ അണയും
താതൻ തൻ താപം,
വിശ്വകർമ്മാവിൻ

വാത്സല്യവും.
അപ്പോൾ ഉണ്ടാകുമോ കർത്താ
എപ്പോൾ ഉണ്ടാകും പൂജ്യാ?
നിൻ കൈകോർത്തെൻ
സഞ്ചാരം

മിഴിയിൽ അരളിപ്പൂ നീർ
നിറയുമ്പോൾ സ്വപ്നപാത
നിന്നോടൊപ്പം.

പതിനാലാം സങ്കീർത്തനം

മണ്ണിൽ പിറന്ന നാൾ
മുതൽ നിന്നെയെൻ
മാനസത്തിൻ അകതാരിൽ
പ്രതിഷ്ഠിച്ചു ഞാൻ പൊന്നോമനേ,
എങ്കിലും പൂജിക്കുവാൻ മറന്നു
ഞാനാ ദേവിയെ.
പാലാഴി പോലെൻ
സ്നേഹക്കടലിനെ പകുത്തു
നൽകി ഞാനെൻ
കടിഞ്ഞൂൽ പുത്രിക്ക്.
ആ സ്നേഹത്തിരമാലയിൽ
മുങ്ങിമറഞ്ഞപ്പോൾ
മറന്നു ഞാനെൻ

ശ്വേത ജടാധാരിയെ.
പുഷ്യരാഗ പവിഴമല്ലി പോൽ
പൂത്തുലഞ്ഞ നിൻ മനതാരിനെ
കാണാതെ പോയി ഞാൻ.
എങ്കിലും താതനാം എൻ
താപം ഏറ്റുവാങ്ങി നീ
എൻ വാത്സല്യം
നെഞ്ചോടണയ്ക്കുവാൻ
വിതുമ്പി നിൻ ഹൃദയം.
ജനകനാണെങ്കിലും തക്ഷകൻ
തൻ വിഷം നൽകുവാൻ
തുനിഞ്ഞു എൻ പുത്രി.
പരിഭവമില്ലെനിക്ക്,
പശ്ചാത്താപം മാത്രം.
നീ അനുവദിച്ചാൽ പ്രിയേ
എൻ ഹൃദയം പകുത്തു
ഞാൻ നൽകാം നിനക്കായ്.
നിൻ താതനായ്, നിനക്ക്
തോഴനായ് മാറാം ഞാൻ
മാപ്പ് തരില്ലേ നീയീ
വൃദ്ധ മനസ്സിന്.
നിനക്കായ് കേഴുന്നൊരീ
പിതാവിന്റെ ആത്മാവിന്.

പതിനഞ്ചാം സങ്കീർത്തനം

കിങ്ങിണി കൊലുസ്സു കിലുക്കി
കരിമഷി കണ്ണു കലങ്ങി
പരിഭവകവിൾ കറുത്ത്
ഉറഞ്ഞുതുള്ളി മേഘമാല.
അവൾ കണ്ണീർ പൊഴിച്ച്
ക്രോദ്ധ വിഷാദ പെരുമഴ
ചൊരിഞ്ഞ് ഉറഞ്ഞുതുള്ളി.
വിടചൊല്ലും ആദിത്യനെ മറച്ച്
വിറകൊള്ളും ശാശാങ്കനെ പുതച്ച്
അവൾ പെയ്തു തുടങ്ങി...
വൈരത്തിളക്കത്തിൽ
കണ്ണീർത്തുള്ളികളായ്.
ധരിത്രി തൻ മാറിൽ
നൃത്തം വെക്കും
കളിക്കൂട്ടുകാർക്ക്,
തുഷാരക്കുളിർമ്മയേകി
താപതീക്ഷ്ണ വേനൽ
മായ്ച്ച് അവൾ തൻ
കണ്ണീർ അവർക്ക് നനവായി.
വാഴക്കൈ തലയിൽ ചൂടി
ഗ്രാമപാതകളിൽ കൈകോർത്ത്
തടാകതീരത്ത് എത്തിയ അവൻ
അവൾക്കൊരു മുത്തം നൽകി.
അവൻ തൻ ആദ്യ സമ്മാനം
അവൾക്കോ അന്ത്യ ചുംബനം.
സ്വർഗ്ഗ മേഘം തൻ അശ്രു

കണ്ണീർ മഴയായി പെയ്തൊഴിഞ്ഞു.
ശൈത്യത്തിൽ ധൂളിയായ
ആ ഉടലിൻ താപം
അണയാതിരിക്കാൻ,
കട്ടുറുമ്പുകൾ പൂഴിതൻ
കരിമ്പടത്താൽ അവളെ മറച്ചു.
തുമ്പികൾ തുമ്പയാൽ
ജഡമലങ്കരിച്ചു
മരണത്തിൻ കൂപമാമവൻ
പ്രണയത്തിൻ അമൃതത്തെ വറ്റിച്ചു.
വിശ്വം വിലാപത്താൽ നിശ്ചലമായി!

പതിനാറാം സങ്കീർത്തനം

ഇന്നുമോർക്കുന്നു
ഞാനാ മന്ദഹാസം!
ഒരായിരം മഴത്തുള്ളികൾ
മീട്ടിയ തന്ത്രികൾ പോൽ,
രാവിൽ വിരിഞ്ഞ
നിശാഗന്ധി പോൽ,
ഇരുൾ പൂണ്ട വാനിൽ പ്രഭ
ചൊരിയും താരകം പോൽ,
ഒരു നൊടിയിടയിൽ
മിടിച്ചു എൻ ഹൃദയം.
മന്ദസ്മിതമാം ഒരു

പകൽക്കിനാവ് കണ്ടു ഞാൻ.
മെല്ലെ കൺചിമ്മി നീയെൻ
അരികിൽ വന്നു.
നിൻ തണു വിരലുകളെൻ
നെറുകയിൽ തൊട്ടു.
മാഞ്ഞു നിൻ മന്ദഹാസം...
മാഞ്ഞു നിൻ മുഖം,
എങ്ങോ പോയിമറഞ്ഞു ഞാൻ
കണ്ട താരകങ്ങൾ.
കൺമുമ്പിലെൻ കിനാവുകൾ
തകർന്നടിഞ്ഞപ്പോൾ ഞാനറിഞ്ഞൂ...
മരണമായിരുന്നു നീയ്യെന്ന്.

പതിനേഴാം സങ്കീർത്തനം

ഗ്രീസിലെ വാൾത്തലകളേ!
കരുത്തിൻ വനദേവതമാരേ
മനം വാഴ്ത്തിയതാം നിങ്ങളെ
നോവോടെ പ്രാർത്ഥിച്ചീ
വിരഹിയാം ഞാൻ.
ചലിക്കാതെ തുരുമ്പൊട്ടിയ ചിലങ്കയെ
മാറോടൊട്ടിച്ച് കണ്ണീർ കൊഴിച്ച്,
ചായങ്ങൾ മാഞ്ഞ വിരൽത്തുമ്പിലെ

രക്തം ഇറ്റിച്ചു മുഖം കഴുകി,
ചരണസ്വരങ്ങളിടറിയ
കഴുത്തിൻ വിലാപമറിയാതെ
ചേതനയറ്റ പുസ്തകത്താളിലെ
അക്ഷരം വറ്റിയ
വരികൾക്കൊപ്പം ഞാൻ!
ചാരുതയില്ലാ, സൗന്ദര്യമില്ലാ
പൊതുബോധ അളവുകോലിൽ
ചണ്ഡാലയായ ഇരുപതുകളുടെ
യുവതിയായ കിഴവി.
എൻ ദേവതമാരേ,
ആമസോൺ രത്നങ്ങളേ
എൻ അശ്രുരഥ പീഠത്തിലേന്തി
നിങ്ങൾ തൻ മായാവനത്തിലേക്ക്
എന്നെ കൊണ്ടു പോകൂ.
മേധാവിയാം പുരുഷൻ വെട്ടിയ
എൻ കാൽ കരങ്ങളും മനസ്സും
കോരിയെടുത്തോടിയണഞ്ഞു നിങ്ങളിലേക്ക്.
ആമസോൺ...നിങ്ങളെവിടെയാണ്?

പതിനെട്ടാം സങ്കീർത്തനം

ഉണരുക വേഗം
പടപൊരുതാനിനി സമയമിതാ !
മനസ്സൊരു മായാമന്ത്രണമായി
ഉള്ളു വലഞ്ഞു തുളച്ചു
കടന്നൊരു മന്ത്രജപമായി.
തകർത്തെറിയേണം
അടിമച്ചങ്ങലകളൊക്കെയും.
കൂച്ചുവിലങ്ങിൽ തളയ്ക്കും
എന്നുടെ ശോഭനമായൊരു
ഭാവിയിൻ ചേതനയറ്റൊരു
തിരുവുടൽ തിരുവുള്ളം
കനിഞ്ഞുടനെ വിടുതൽ
ചെയ്തിടേണം തങ്ങൾ!
അപേക്ഷയല്ലിത് അടിമ
മകൻ തൻ ഗർജ്ജനമത്രേ.
മൂല്യച്യുതിയാൽ എനിക്ക്
പിഴച്ചൊരീ ചേതന തന്നുടെ
ആത്മരോഷമിത്.
അഖിലാണ്ഡ മണ്ഡലം പരന്നു
കിടക്കും പ്രപഞ്ചത്തിൽ
ഒരു വേഴാമ്പൽ പറവയായി
പറക്കാനല്ലെങ്കിൽ പിന്നെന്തിന്
ചിറകുകൾ തന്നു ഈശൻ.
ഭൂമിക്കൊരു കുളിർക്കാറ്റായ്
വീശുവാൻ എന്നിലെ
ഞാൻ കൊതിക്കുന്നു.

നെരിപ്പോടിലെ അഗ്നിശകലങ്ങൾ
പോലെൻ ചേതന തൻ കനൽ
കൽക്കണ്ടങ്ങളായി
കാവ്യാത്മകത എന്നിൽ നിറയുന്നു.
ഏതോ പുർവ്വജന്മത്തിൽ എങ്ങോ
മറന്നു കളഞ്ഞ കുഞ്ഞു മനസ്സിൻ
ഓർമ്മകളത്രയും പലനാൾ
കഴിയവേ ഇന്നും പലവിധം
തുരത്തുകയായി എൻ ആത്മനെ.
ശബ്ദമുയർത്തുക ഇനിയും
ഇനിയുമെന്ന് ഉൾവിളി
തേടി വരുന്നതുണ്ടെന്നെ.
മറ്റൊരു നാൾ ആവാമെന്ന
പഴമൊഴി ഇനി വേണ്ടതില്ല വൃഥാ.
ഇരു ധ്രുവങ്ങളിൽ ഇനിയല്ലോ
മാമാങ്ക മഹാമഹം.
പൊരുതാൻ ഞാൻ,
തടയാൻ അവർ.
ചാരത്ത് മൂക സാക്ഷിയായി
എൻ ചേതനയും.

പത്തൊമ്പതാം സങ്കീർത്തനം

ആരാണവൾ?
മായാ മാന്ത്രിക മഹാസമുദ്രം
മുങ്ങിത്തുടിച്ചുല്ലസിച്ച
മരതക മോഹന ദാരുശിൽപ്പമോ?
അവളാരാണ്?
മാവിലത്തുമ്പാകൃതിയിൽ
മുത്ത് കോർത്ത കണ്ഠാഭരണം
മാറിലണിഞ്ഞ നാഗകന്യകയോ?
അവളാരാണ്?
അതിതീവ്രാനുരാഗ വൈരിയിൽ
അൽഖോർ തിരമാലയിൽ
അഴകാർന്ന ഹരിതരംഗ പാർശ്വം ചൂടി

അവൻ തൻ മായാ നൗക
അവൾക്കായി അവളെ തോൽപ്പിച്ച്
അറബിക്കടലിൻ പവിഴം തേടി
അനന്തമൃതുവിൻ നീലിമയിൽ മുങ്ങി
ആമ്പൽപ്പൂ മുത്തുകൾ വാരി
അവളുടെ സുഭഗനാം ഗിലാൻ.
ആരാണവൾ?
ഗിലാൻ തൻ വൈര്യ പ്രയസ്വിയും
ആദി അനന്തവുമായ
അവൾ 'മായി'!
ഗിലാന്റെ മായി.
പ്രണയ പരകോടി പ്രാപിച്ച്
തൻ മെയ് ഭക്ഷിച്ചാഗിരണം
ചെയ്ത ഇരുളാം ഗിലാനിൻ പ്രണയിനി!

ഇരുപതാം സങ്കീർത്തനം

വിജനമാം വഴിയിലേ തരളമാം
വേളയിൽ പുലരുവാൻ മോഹമീ വരികളിൽ
അലയുവാൻ ദാഹമോ പുണരുവാൻ
മോഹമോ പ്രണയവും സമയവും എങ്ങുപോയ്
പ്രിയസഖീ പറയുമോ?
മനമതിൻ ഭ്രമണവും നിൻ ചിരികളിൻ
അലകളും നിലയ്ക്കുമീ
രാവിതിൽ പാടുവാനാവുമോ പ്രിയസഖീ,
പറയുമോ?
അലകളായ് നിലകളായ്
അവനിയിൽ പറവയായ് പാറുവാനാവുമോ

പ്രിയസഖീ?
തരുണമാം നിൻ മൊഴികളെ തേടിയെൻ
യാത്രയിൽ മരണമാം
തോഴനെ കാണുവാൻ കഴിയുമോ പ്രിയസഖീ?
നിൻ കരുണ തൻ
കരങ്ങളാൽ തണുവതിൻ നിണങ്ങളാൽ കവരുമോ
എൻ പ്രാണനെ പ്രിയസഖീ?
അലകളിൻ മൊഴികളിൽ ജപനമാം തപനിയിൽ
വിരളമാം യവനിയിൽ
തവമിനി ഏകിടാം പ്രാണനേ
എൻ നാളമേ നിൻ കൈകളിൽ.

ഇരുപത്തൊന്നാം സങ്കീർത്തനം

വാടിത്തളർന്നൊരാ വസതിതൻ
മുന്നിൽ അംഗനയ്ക്കരികിലിരിക്കേ,
ധൂമതീവ്രമാം പാനീയം പകർന്ന്
അവൾ കുപ്പിവളകിലുക്കിയൂറിച്ച്
നിർലോപമാം ദധിസ്വേദമെന്നിൽ
പകർന്ന് ഉന്മേഷം തന്നൊരാ
ഔത്സുക്യം അരുൾ മൊഴിഭേദം
എൻ ചേതനയിൽ വിഹരിച്ചു.
അവൾ മിടിക്കുംനേരം കേൾക്കേ
സീതപ്പഴത്തിൻ തേനോർന്ന ഓഷ്ഠിയിൽ

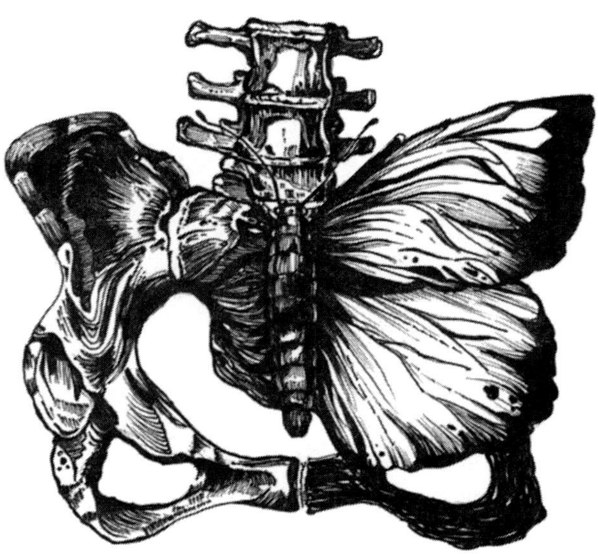

ദംഷിച്ച് സ്വാദനം ചെയ്തൊന്നാസ്വദിക്കാൻ
കൊതിച്ചെൻ ചിന്തയിൻ മാളിക
തകർത്ത് അവളാ ചഷകം
പിന്നെ എന്നിലേക്ക് നീട്ടി പുഞ്ചിരിച്ചു.
അത്യാശയാൽ ചേലതൻ ചേലിൽ
മിന്നിയവൾ ഭോഗേച്ഛാ പരിരംഭണമാടി
ഉണർന്നെൻ ഗൂഢാംഘ്രിയായ് ഉൾ തീ.
സ്മിതമെന്ന ചേഷ്ഠാവലയത്തിൽ
കോർത്തു അവളെന്നെ.
പക്ഷേ! വാടിയ സ്മിതമെന്നിൽ
ഷഡ്പദം വീണൊരാ തൈർക്കുടം തൻ
ദർശനത്താൽ ധ്വംസിച്ചെൻ ദിനമതുവരെ
സർവ്വസംഹാരകമായി എൻ കാമേച്ഛ.

ഇരുപത്തിരണ്ടാം സങ്കീർത്തനം

നീ വരുവാൻ വൈകും
സന്ധ്യകളും നിന്നോടിണ
ചേരാ സൂര്യോദയവും
പ്രാണനെന്നോട് വിടപറയും
നിമിഷങ്ങളാം പ്രിയേ.
നിൻ നയനങ്ങളിൽ പ്രസരിക്കും
പ്രകാശമേൽക്കാൻ
അരുണകിരണങ്ങളെൻ
നയനങ്ങളിൽ നിന്നുമകറ്റി ഞാൻ.
നിൻ ശ്രുതിമധുരമാം
ഗാനം കേൾക്കാൻ
കിളികൾ തൻ കോകിലനാദം
മറന്നു ഞാൻ.
എൻ കോപ്പയിൽ നിറയും
കാപ്പി തൻ സുഗന്ധം നിൻ
മേനി തൻ ഗന്ധമായെൻ
നാസാദ്വാരങ്ങളിൽ സ്ഫുരിക്കുന്നു.

പട്ടുപോൽ നേർത്തതാം നിൻ
ചർമത്തിൻ ആർദ്രത അറിയാൻ
വസ്ത്രങ്ങൾ തരും സാന്ത്വനം
വെടിഞ്ഞു ഞാൻ.
മഞ്ഞുതുള്ളികൾ തരും വദനസുഖം
നിൻ ചുണ്ടുകൾ പകർന്നു
തന്നതോർത്തു ഞാൻ.
നീ പകരും അന്ത്യമില്ലാ
സ്നേഹാഗ്നിയിൽ

വെന്തെരിയാൻ എൻ
മനം തുടിക്കുന്നു.
നീയില്ലാത്ത ഒരു പുലരിയെന്നത്
ഇരുളിൻ മടിത്തട്ടിൽ ഉറങ്ങി
എണീറ്റതിനു സമമല്ലോ.
നീയില്ലാതെ ഉണരാൻ
എൻ പ്രഭാതങ്ങൾ
വിസമ്മതിക്കുന്നു.
നിന്നോടൊപ്പം ആയുസ്സിൻ മഹായാനം
അനുഷ്ഠിക്കാൻ എൻ ചേതന വെമ്പൽ
കൊള്ളുകയാണ്.
തുടരാം നമുക്കീ യാത്ര
തോളോട് തോൾ ചേർന്ന്.
അതുമല്ലെങ്കിൽ പ്രിയേ
യാത്രാമൊഴി നേരുവാനെങ്കിലും
ഒപ്പം വരിക എന്നോടൊപ്പം.

ഇരുപത്തിമൂന്നാം സങ്കീർത്തനം

തോരാമാരി തോർന്നു,
വറ്റാക്കണ്ണീരും വറ്റി വരണ്ടു,
പാതയോരം നിശബ്ദമായി,
ഞാനും എന്റെ കാപ്പിയും
അവന്റെ ഓർമ്മകളും,
ബന്ധനമില്ല, പൊന്നിൻ താലിയില്ല.
മഞ്ഞുമൂടിയ ജീവിതം.
വിരഹത്തിൻ കണ്ണീരുപ്പ്
ചേർന്ന കാപ്പിക്ക് മധുരമില്ല,
കൈപ്പില്ല, രുചിയുമില്ല.
അവനില്ലാതെ ഞാനുമില്ല!
നഞ്ചിൻ രുചിയുള്ള
അമൃതിൻ കൈപ്പുള്ള
കാളകൂടം.

ഇരുപത്തിനാലാം സങ്കീർത്തനം

കാതൽ മഴയേ കാമക്കനിയെ
എവിടെ മറഞ്ഞു നീ?
കണ്ണിൻ മുന്നിൽ നിന്നും
എൻ ജാലകവാതിലിൽ
നിന്നും എവിടെ ഒളിച്ചു നീ?
അലഞ്ഞു നിന്നെ
തിരയുകയാണീ ഉള്ളകം.
നീറി നീറി
എരിയുകയാണെൻ ചതുർഭുജം.
തേടി അലഞ്ഞു പേടമാൻ
മിഴി പോൽ നിൻ കണ്ണുകൾ.
തങ്ക രഥത്തിൽ

പാഞ്ഞു നടന്നു ദിക്കുകൾ തോറും,
നിനക്കായ് ഞാൻ നടന്നു
തന്നെ ഒടുങ്ങുമെന്നത് വിധിയായി.

അഗ്നിയായി എന്നിൽ പടർന്നവളേ...
അഴകേ ദൂരെ മായരുതേ.
മഴയായി പുതു
മലരായി വിരിയില്ലേ നീ?
വിനയോ വിധിയോ നിനക്കായ്
ഞാൻ മനസ്സിൽ
കുറിച്ച വരികൾ ഇതാ!
ഇവിടെ തീരുകയാണീ തേടൽ.
ഒരു ജന്മം മുഴുവൻ നിനക്കായ്
നടത്തിയ പോർവിളികൾ.

ഇരുപത്തിയഞ്ചാം സങ്കീർത്തനം

എന്റെ പൊന്നു പൈതലേ
വാത്സല്യ കുറുമ്പേ,
നിന്നരികിലിരിക്കേ
താലോലം താരാട്ടു പാടേ
കൊഞ്ചിച്ചു മുത്തം നൽകേ
തലോടും മുടിയിഴകളിൽ
ചാരുചുമ്പനമേകി കൂടെ
കളിക്കാനായ് നിന്നെ
ആഗ്രഹത്തോടെ മാടി മാടി
ക്ഷണിച്ചീ ധൂപിയാം ഞാൻ.
തൂവെള്ള കൊമ്പും
കറുത്തുടലും
ചെന്നിണം തഴുകും തേറ്റയും
നിശീതിയാം നഖങ്ങളും
നിന്നെ ഉണർത്തിയില്ല,
നിൻ നിദ്ര മാടനാം
എന്നെ ഭയന്നോടിയില്ല.
എന്നാലിംഗനം നിൻ
നറുമേനിയുലച്ചുമില്ല.
കളിച്ചുല്ലസിക്കാൻ വരിക
എന്നൊപ്പം ആദിത്യൻ
എന്നെ മായ്ക്കും മുമ്പേ.
നിൻ സ്വപ്നം എന്നെ
വേഗം മറയ്ക്കും മുമ്പേ.
നിൻ ദേഹം ഞാനേകിയ
മുറിവ്വുണക്കും മുമ്പ്

കളിക്കാൻ വാ മാടനൊപ്പം.
മരിക്കാൻ വാ മാടനൊപ്പം.

ഇരുപത്തിയാറാം സങ്കീർത്തനം

വേദനയെങ്കിലും വേദനയോടെ
ഞാൻ ഓർത്തുപോയി നിൻ മുഖം
വേദന നൽകുവാൻ
എനിക്കെന്തിന് നിൻ വദനം?
തക്ഷകൻ തൻ വിഷം
പോലെൻ മനസ്സിൽ തക്ഷണം
തങ്ങുമാ നിൻ മൊഴികൾ
തച്ചന്റെ ആലയിൽ വെങ്കലം
പോൽ എൻ മനം തച്ചുടച്ചീടുവാൻ
വെമ്പൽ കൊള്ളുമെൻ തരുണീമണീ
ഇനിയുമെന്തു നൽകേണ്ടു
ഞാൻ ഈ മുഖം മറപ്പാൻ
മറപ്പതല്ലയോ മരണത്തിനേക്കാൾ സുഖപ്രദം
ഓർമ്മതൻ ആഴക്കയങ്ങളിൽ ചന്ദ്രബിംബം
പോൽ മുങ്ങിമറയാം നമുക്ക്
വേദന തിന്നിങ്ങനെ ജീവിപ്പതിനേക്കാൾ
ഓർമ്മ തൻ മരണമല്ലോ പ്രിയങ്കരം.
അല്ലെന്ന് നീ ചൊന്നാലും പ്രിയേ
അതു താൻ നിജസ്ഥിതി
അരുതില്ല നമ്മൾ തമ്മിൽ
അരുതാത്തതൊന്നും
ഇനിയുള്ള കാലം നമുക്ക്
പാർക്കാം വിദൂരതയിൽ
ഇനിയില്ല പരസ്പരം
കൈമാറാൻ വേദനകൾ
മറക്കാം നമുക്ക്

കഴിഞ്ഞതൊക്കെയും.
മരണത്തിൽ പോലും ഇനി
ആവില്ല ചേർക്കാൻ
പിരിയാം നമുക്കീ പാതിരാവിൽ
പറയൂ പ്രാണപ്രിയേ
പിരിയുവതല്ലേ ഇനിയുള്ള ധർമ്മം.

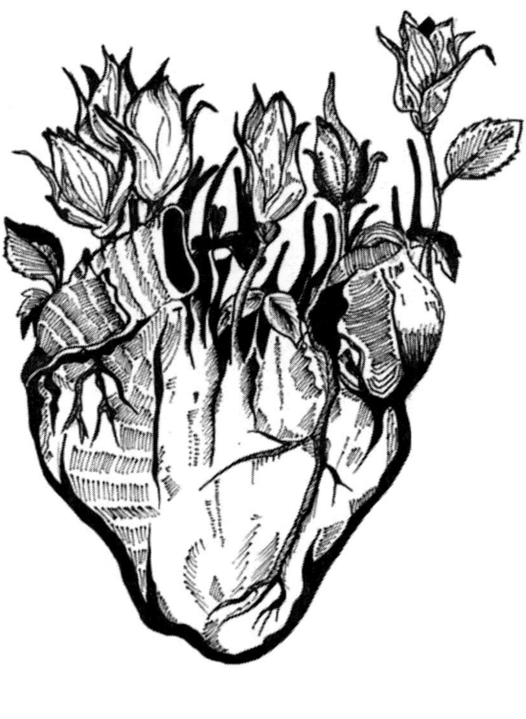

ഇരുപത്തിയേഴാം സങ്കീർത്തനം

കാണവനാം മാരുതൻ
മെല്ലെ അണഞ്ഞൊന്നു
തഴുകി തലോടി മുത്തം
കൊടുത്തയെൻ
അമ്മതൻ കൈകളിൽ വാഴുന്ന
ഞാനപ്പോൾ മരണം മരണം
മരണമെന്നോതിയെൻ സിരയിൻ
തുടിപ്പുകൾ മരവിച്ചുപോയി
മൃതുവിൻ സ്പർശ്ശമാം താതൻ
എന്നരികിലണഞ്ഞൊരാനിമിഷം
ഭയമെൻ പൂച്ചുണ്ട് പുണർന്നീടുന്നു.
സൂര്യോദയത്തിൽ നാം സംയോഗം
കാത്തെൻ ദിനമെണ്ണിയിരിപ്പൂ ഞാൻ.

കാലത്താൽ എണ്ണപ്പെട്ട മൃതുവിൻ
ജന്മമാം ഞാൻ അവൾക്കായി കേഴുന്നു.
സ്ത്രീപ്രിയനെന്നറിഞ്ഞ ഞാൻ വേനൽ
ചൂടിൽ കാത്തിരിപ്പൂ.
മഴയെത്തും മുന്നേ
വിടപറഞ്ഞൊടുങ്ങുവാൻ.
ഒരു തേൻമാവിൽ വൃഥാ വസിക്കും
മാമ്പൂവും അവനെ സ്നേഹിച്ചു
പറന്നകന്ന വിറയൻപുള്ളും.
എന്നനുരാഗിണി നിൻ മാറിൻ
ചൂടേൽക്കാൻ, നിൻ ചിറകിലൊളിക്കാൻ
കാത്തിരിപ്പൂ
ഇതെൻ കഥ! മാമ്പൂവിനെ സ്നേഹിച്ച
വിറയൻ പുള്ളിന്റെ കഥ.

ഇരുപത്തിയെട്ടാം സങ്കീർത്തനം

നോവറിയാത്തൊരു
പേറ്റുനോവിനെ
പ്രേമമെന്നാരോ വിളിച്ചു!
പ്രേമമല്ലോ മമ ജീവിതം
മർത്യന്നു ഇയ്യുലകിൽ
പ്രേമിപ്പതല്ലയോ കേവലം
മാനിടാ തവ
തർപ്പണം പാരിടത്തിൽ
കാഴ്ചയിൽ മനോന്മതം
നവമുകളങ്ങളും വിടരും
മന്ദസ്മിതത്താൽ കാതോരം
തേൻ വന്നു പായും കാതലീ
നിൻ ദർശനം തേടുവാൻ
കാതങ്ങൾ താണ്ടും മാനസവും
അറിയില്ല ദൂരം ഇനിയെത്ര
താണ്ടാൻ യുഗ യുഗാന്തരം
താണ്ടുമെൻ പ്രാണൻ.
കാലങ്ങളോളമാ
കാമദാഹവും നിൽക്കും
വീണുടയാതെ കാത്തുസൂക്ഷിച്ചാൽ!
ഇരട്ടിമധുരം തരും
ആയുസ്സിനേകും പുത്തനുണർവ്വും
മാധുര്യമേറും വിഷക്കനിയെങ്കിലും
സുഖമുള്ള മൃത്യു വരിക്കുമെങ്കിൽ
പ്രണയമല്ലോ പ്രാണനു പ്രിയം

പ്രേമത്തിനേക്കാൾ വല്യ
പേറ്റുനോവില്ലെടോ നിൻ
പ്രാണനത് നൊന്തു പ്രസവിക്കും
വേദന തിന്നു നീ തീരും നാൾ വരെ.

ഇരുപത്തിയൊമ്പതാം സങ്കീർത്തനം

ഏകയായ് വീണ്ടും വരവായ്
ഞാൻ ഈ നാട്ടിൽ.
കുലവും മിത്രങ്ങളും
കുടുംബവും ജനതയും
ചുറ്റിനിൽക്കും സുചിത്രാപമാം
ചേറിൻ സുഗന്ധം നിറച്ച നാട്ടിൽ!
വീണ്ടും പേമാരി പുൽകവേ
തേടി ഞാൻ എന്നോ
മറന്നൊരാ ഗന്ധത്തിനായ്
നനുത്ത നീർത്തുള്ളികൾ
പതിച്ചൊരാ മണ്ണിന്റെ
പുതുമണത്തിനായ്.
കൊതിയിട്ടു നിന്നു
എന്തോ തന്നില്ല എനിക്കായ്
ആ സുവിഭവമാം സുഗന്ധം.
മറന്നിട്ടുണ്ടാവണം ഈ
ഭൂമി എന്നെ.
കപാലം കരുതിയുണ്ടാക്കി
ചിന്തിച്ചു കുറുക്കിയ പാവ്
ഒരിക്കൽ പോലും ഗ്രഹിച്ചില്ല
മണ്ണിൻ മണം തേടിയ
എന്നെ ഈ മണ്ണ്
മറക്കുമെന്ന്
അവളെ ഉപേക്ഷിച്ച ഞാൻ
അവളുടെ അപരിചിത പുത്രിയാകുമെന്ന്.
ചിന്തകൾ പിന്നെയും കളിച്ചു
നടന്നു ഗൃഹാതുരമായ

അസാധാരണ തെരുവുകളിൽ!
മറന്നതാവില്ല! തഴച്ചു വളർന്ന
എൻ ഹൃദയത്തിൻ കൊമ്പിലെ
കൽപ്പതരുവിൻ പഴം
നീ ഉപേക്ഷിച്ച നിന്റെ
നാട് കെറുവിച്ചതാവും!
അവൾക്കുമുണ്ട് നിന്നെപ്പോലൊരു മനസ്സ്.

തിരികെ പോരുമ്പോൾ
എന്റെ മനവും താളവും
നോവാൽ ഹർഷോന്മാതിയായിരുന്നെങ്കിലും
നോവുണർത്തിയ കാരണം
പൊള്ളയായ ഒന്നായിരുന്നു,
ഈ നാട്ടിൽ വാഴുന്ന
മഷിയിൽ കണ്ണീരാൽ പടർന്ന
ആധാരം തെളിയിച്ച ചാർച്ചക്കാരായിരുന്നു അന്ന്
ഈ നാടിനോടു തോന്നിയ വൈരി തൻ ഉറവിടം.
ഇന്ന് ജനമില്ലാ മതമില്ലാ
അർത്ഥമില്ലാ ജീവിതത്തിൻ
മറന്നൊരീ നാടിൻ ഗന്ധവും
എൻ ഗന്ധം മറന്നൊരീ നാടും
നേവേറും മധുരമാം നോവുമാത്രം.

പേമാരിതോരെ തീർച്ചകൾ ചാരേ
ഉറച്ചെൻ മനതാരിൽ പുഞ്ചയോരങ്ങളിൽ !
മയങ്ങും ഞാനീ മണ്ണിൽ അവസാനം
ഇവൾ തൻ തരികളോട് ചേരും
ഞാനുമാ നിദ്രയിൽ
അന്നെൻ ഗന്ധമോർത്തിവൾ കരയും
അവൾ തൻ ഗന്ധത്തിൽ എന്നെ പുതപ്പിക്കും.
അങ്ങനെ മാനവനായ ഞാൻ ഇവളോടലിയും.

മുപ്പതാം സങ്കീർത്തനം

ശുഭ്രവസ്ത്രം പരവതാനി വിരിച്ച
വീഥിയിലൂടെ അയാൾ നടന്നു.
അശാന്തിയുടെ അന്തമില്ലാത്ത
ചുഴികൾ പിന്നിട്ട് ഹിമഗിരി
നിരകൾക്കൊപ്പം സഞ്ചരിച്ച്
ഹേമന്തം ചുംബിച്ചുണർത്തിയ
മേപ്പിൾ മരങ്ങളിലൂടെ
മഞ്ഞുതുള്ളികൾ പോലെ
താഴേക്ക് താഴേക്ക്.
അവ തണുത്തുറഞ്ഞ
മഞ്ഞു മരുഭൂമിയിൽ
വീണ് ചിന്നിച്ചിതറിയ
പോലെ അവനും ചിതറി.
ശിശിരത്തിൽ എല്ലാം ഒരു നിറമാണ്.
കണ്ണുകൾ കാണുന്നതും
മുന്നിലുള്ളതും ഒരേ ധവള മയം.
മദം പിടിപ്പിക്കും ഗ്രീഷ്മത്തിൽ നിന്നും
പ്രശാന്തിയുടെ കുളിർ
പൊഴിയും ശിശിരത്തിലേക്ക് !
അതൊരു പരകായ പ്രവേശമല്ലോ.
മദോന്മത്തനായ മനുഷ്യൻ
അരൂപിയാം ആത്മാവായി
മാറും കാലം.
വെള്ളക്കമ്പളം വിരിച്ച സ്വർഗ്ഗത്തിൽ
അക്ഷമനായി ഉലാത്തുന്നതെന്തിന് ?
മഞ്ഞിൻ കുളിർമ്മയിൽ

മനസ്സും ശരീരവും
ഒരുപോലെ തണുത്തുറയുന്നു.
അലൗകികമായ ആധ്യാത്മിക
സാഗരത്തിൽ മുങ്ങിയും പൊങ്ങിയും
ഒരു മഞ്ഞുകട്ടയായി ഒഴുകി നടക്കാം.
വാനിൽ തെളിയും സത്യജോതി
തൻ താപത്തിൽ പതിയെ ഉരുകി
വാരിധിയിൽ അലിയാം.
വീണ്ടും വാനിലുയർന്ന്
തണുത്തുറഞ്ഞ്
മഴയായി, മഞ്ഞായി ,
ശിലാവൃഷ്ടിയായി പൊഴിയാം.
അങ്ങനെ ശൈത്യം തരും
സൗഖ്യങ്ങളനവധിയത്രേ.
തുഷാരം തുലാവൃഷ്ടി നടത്തും

ഹേമന്തമാവാൻ അവൻ കൊതിച്ചു.
ഗ്രീഷ്മം വരും നാളുകളിൽ
അവനും മഞ്ഞുപോൽ
വെന്തുരുകി.
താപം, കോപം, വിഷാദം
എല്ലാം തരും വേനൽ
അവൻ വെറുത്തു.
വേനൽ ചൂടിൽ വെയിലിൽ
ഉണങ്ങും പച്ചിലപോൽ
അവനും ചുരുങ്ങി.
അവിടെ തുടങ്ങി അവൻ തൻ
കാത്തിരിപ്പിൻ തപസ്യ.
പ്രാലേയം മൂടും ഹിമവാന്റെ
നെറുകയിൽ ഏറുന്നതും
കാത്ത് അവനിരുന്നു.
വെൺമേഘം നിറവയറൊഴിച്ച്
വെൺമഴ പൊഴിക്കും
ഹിമസംപാതത്തിൽ
ഒരു നേരിയ മഞ്ഞു
കണമായി മാറാൻ.
ഒരു മഞ്ഞു മനുഷ്യനാവാൻ.

മുപ്പത്തിയൊന്നാം സങ്കീർത്തനം

ഏദനിൽ മുറുകെപ്പിടിച്ചെന്നെ
നിലവിളിച്ചോടിയെന്നമ്മതൻ
നെറ്റിയിൽ തറച്ചിരുന്നൊരാ
സ്ഫടികക്കുപ്പിയിൽ നിന്നുതിർന്ന
രക്തത്തുള്ളികൾ കണ്ണീർജലമായ്
ധരിത്രി വഹിച്ചു.
അമ്മേ ! എന്നലറിയെൻ
അമ്മതൻ ഭയം,
കഴുകനെ പേടിച്ച
കാക്കക്കുഞ്ഞിനെപോൽ
നിറഞ്ഞു തുളുമ്പി.
അച്ഛനെ പേടിച്ചു പാതി

നഗ്നയായോടിയെന്നമ്മ.
അടിഞ്ഞു കൂടിയ കാലത്തിൻ
കീറ്റലും പൊള്ളലും മുറിവുകളും
ആ മൃഗം കൊടുത്ത
സമ്മാനമെന്നോണമമ്മ കാത്തൂ.
വിവാഹ വർഷങ്ങൾ സമ്മാന
എണ്ണങ്ങൾ കൂട്ടം കൂട്ടിവെച്ചു.
ഒടുവിൽ എനിക്കും തന്നു
മൃഗത്തിൻ സ്നേഹസമ്മാനം.
ആ രാത്രി അമ്മയോടീ
എന്നെ ചേർത്തു അന്ന്
പെയ്ത മഴയിൽ!

മുപ്പത്തിരണ്ടാം സങ്കീർത്തനം

മംഗളം നേരുന്നു ഞാൻ
മനസ്സിൻ വ്യഥയേ,
ഇനി മടങ്ങിവരവ് നിനക്കില്ല.
മറ്റാരെയെങ്കിലും മംഗലം കഴിച്ച്
പാരിതിൽ കഴിയാം നിനക്ക്.
നാളിതുവരെയും എൻ ചേതന
തൻ ചൂടിൽ നെഞ്ചുരുമ്മി ഇരുന്നു നീ.
നിന്നോടു കുടെ ഇരിക്കാൻ,
കൂടെ കളിക്കാൻ, ഇനി ഞാനില്ല.
നിനക്കു ചുറ്റും ഞാൻ തീർത്ത
അരക്കില്ലമിതാ കത്തിയമരുകയായി.
ആയുസ്സിൻ നേരമൊടുങ്ങുമീ
ഞൊടി വരെ നിനക്കായ്

ഞാനൊരിടമെൻ മനസ്സിൻ
ചില്ലു ജാലകത്തിൽ
സൂക്ഷിച്ചു വച്ചിരുന്നു.
നീ എനിക്കേകിയ സ്നേഹത്തിൻ
മുറിപ്പാടുകൾ വരമ്പുകളായി,
രക്തച്ചാലുകളായി എൻ ഹൃദയ
ധമനിതൻ നീരുറവയിൽ അലിഞ്ഞിരുന്നു.
മൃതപ്രായനായി എന്നോരോ നിമിഷവും
കാലമെന്നെ ഉണർത്തിയ നേരം
നീ തന്ന മുറിവുകൾ
എന്നെ ജീവന്റെ കനി
തന്ന് ഉണർത്തിയിരുന്നു.
പാരിതിൽ ഞാൻ തനിയെ പാറി നടന്ന
അന്നാളുകളിൽ നീയെനിക്ക്
താങ്ങായി തണലായി.
ഭൂതകാലത്തിൻ വസന്തകാലങ്ങളിൽ
എന്നകതാരിൽ എന്നോ തറച്ച
നീയെന്ന വിഷമുള്ളിനെ
പണ്ടേ മറന്നതാണീ ഞാൻ.
ചെയ്തതിനൊക്കെയും നന്ദി ചൊല്ലി,
ഇവിടെ, ഈ നിമിഷമിതാ ഞാൻ
നിന്നോട് വിട ചോദിപ്പൂ.
പ്രിയ തോഴനേ,
നിനക്ക് വിട.

മുപ്പത്തിമൂന്നാം സങ്കീർത്തനം

തൊടിയിലെ കാഴ്ച്ചയും
കളികൾ തൻ ഘോഷവും
അടികളും ചിരികളും
ഒടുവിലേ സ്വേദ കിതപ്പും
അവധി പറഞ്ഞൊരു നാളിൽ
പുഞ്ച മുറിച്ചു കടന്നു
തിരഞ്ഞു പഞ്ചമി പൂകും
ചന്ദ്രികതേടി നടന്നൊരു കാതം
ഒടുവിലതെത്തി നീലി
പുഴയുടെ തീരത്ത്.
ആശ്ചര്യമെന്നിൽ ഞെട്ടലിൽ നിന്നു.
തിങ്കൾ വിരിച്ചൊരു നിഴലതു നോക്കി.
നീലി പെണ്ണിനു പൊട്ട് കൊടുത്തു
വെള്ളി നിറത്തിൻ ചായത്തിൽ.
ചന്ദ്രിക കൂടി ചന്തമതേറി നദിയവൾ
തൻ നടു നിടിലത്തിൽ തപ്പിത്തേടി
കാഴ്ച്ചകൾ കണ്ടു കണ്ടെത്തിയെന്നമ്പിളിയെ,
വിരലോടിച്ചു കൈത്തണ്ടിയിലൂടെ,
വാലുവരച്ചു കണ്ടതുപോൽ.
അയ്യോ, ഇവൾക്കീ വാലുകൊടുത്തത്
ആരെന്നോതു പ്രിയജനമേ,
പൊടുന്നനെ അവിടൊരു നിഴലുചലിച്ചു
കലങ്ങി നീലി പുഴ കലിയിൽ ,
കരിമ്പനപോലെ കറുപ്പഴകാർന്നൊരു
മേനിയതാർന്നു തടിനിക്ക്,
കൈകളുയർത്തി ശശികല

നിന്നു വാലുവരച്ചൊരു കപ്പലുപോൽ,
ആരുടെതാണീ വാലെന്നോതി
അലറിവിളിച്ചു ഞാനവിടെ,
പുഴയതോതി എന്നോടവിടെ
ചാത്തനുണ്ട് സൂക്ഷിച്ചോ !
ചാത്തനെറിഞ്ഞൊരു മാങ്ങാപ്പൂളിത്
കണ്ടിത് ഞെട്ടിയ നീ മണ്ടൻ,
മിണ്ടാതോടിപ്പൊക്കോ നീയീ
കാട്ടിൽ ചാത്തൻ പാർപ്പുണ്ട് !
നീലിയോടോതി ഞാൻ പൊക്കോളാം
എന്നാൽ നീയിവിടെ ഒറ്റയ്ക്ക് !
അതുകൊണ്ടല്ലേ കണ്ണീർ വാർന്ന്
മരിച്ചൊഴുകുന്നു എന്നെന്നും
ഞാനും കൂടാം നിന്നോടൊപ്പം
മാങ്ങാപ്പൂളിതു തിന്നീടാം,
പാടാം ഒഴുകാം ഒന്നായ് എന്നും
മരണം ജീവിതസഖിയല്ലോ,
എന്നാൽ പോരേ കൂട്ടിനു പോരേ
ഞാനും നീയും ഒന്നാകും,
താളമെടുത്തു കളിയിൽ

ചിരിച്ചു ആഹ്ലാദത്തിൽ കരിനീലി,
ഒരുനിമിഷത്തിൽ കുതിച്ചൊന്നായി
കരിനിഴൽ വീണൊരു പുഴമടിയിൽ,
ഇന്നു നീലിയോടൊഴുകും
മാങ്ങാപ്പൂളുകൾ ചൂടും മുടിയിഴയിൽ
പക്ഷെ മടുത്തു ഞാനിയോഴുക്ക്
തിരികെ പോണം വീടതു തന്നിൽ
കളി പറയേണം കൂട്ടരോടൊത്ത്
ഞാനും ഇവളും ഒന്നിച്ചൊഴുകി
കാലമതേറേ ഓർമ്മകളും
ഒറ്റയ്ക്കൊഴുകും കാലമതോർത്ത്
കരയും നീലി എന്നെന്നും.
പക്ഷെ പോണം പോണം വീട്ടിൽ
ചോറുണ്ണേണം ഒന്നൂടെ !

മുപ്പത്തിനാലാം സങ്കീർത്തനം

അന്ധകാരത്തിൻ ആഴങ്ങളിൽ
ചന്ദ്രബിംബം പോയി
മറയുമ്പോൾ ശരത്കാലത്തിൻ
ബാക്കിപത്രമെന്നോണം ഒരാത്മാവുണരുന്നു.
സമയത്തിൻ ചിന്താസരണിയിൽ
ആത്മാവിനുള്ളിൽ ഒരു ഗൂഢമാം
ചിന്ത ഉണരുകയായി.
സ്വാതന്ത്ര്യം എന്ന വിപ്ലവ രസായനം.
ജീവനും മരണത്തിനുമിടയിൽ
ഒരു ശാശ്വത നൃത്തം.
സന്തോഷത്തിൻ കൊടുമുടികളേറിയും
കണ്ണീരിൻ ആഴക്കയങ്ങളിൽ
മുങ്ങിമറഞ്ഞും ഒരു ജീവന്റെ സ്വരലയം.
ജീവിതം ചുരുളുകളഴിയാ
മായാ പ്രവാഹം.
അതിൻ അടിയൊഴുക്കിൽ പെടും
നം നയനങ്ങൾ പൊഴിക്കും
ഓരോ കണ്ണീർ മണികളിലും
ചിരിതൻ മുത്തുകളിലും
ആത്മാവിൻ സാരാംശമുണ്ട്.
ചേതനയ്ക്കുള്ളിൽ
അറിയാ നിറങ്ങൾ വരച്ച
ഒരു ചുമർചിത്രമുണ്ട്.
പറയാ കഥകൾ
പലവുരു അതിൽ കൊത്തിവച്ച്,
സ്രഷ്ടാവെഴുതിയ വിശുദ്ധ രേഖയത്.

മനുഷ്യനെന്ന സ്വത്വത്തിൻ
ചുരുളഴിയും അധ്യായങ്ങളത്.
മനുഷ്യനിൻ അന്തരംഗം ഒരു പ്രളയം.
അവിടെ ആത്മാവിൻ
അഗ്നി ജ്വലിക്കുന്നു.
നിറകുടം പോൽ തുളുമ്പുന്ന
കളങ്കങ്ങളിൽ, പ്രാർഥന
അവനൊരു മൗനഗീതം.
സ്വപ്നങ്ങൾ , അവന്
പ്രതീക്ഷ ആരംഭിക്കുമൊരു
പവിത്ര സ്ഥലം.
രാത്രിയുടെ വെളിച്ചത്തിൽ,
ഉഷയുടെ ആലാപനത്തിൽ,
ദേഹം പീഡനം സഹിക്കുന്നു,
ദേഹിയോ അസഹ്യമാം
നോവിലും സന്തോഷിക്കുന്നു.
ആനന്ദം ആത്മാവിൻ

അനിയന്ത്രിതമാം അനന്തര ശബ്ദം.
നോവോ, അപരിമിത ഗോളങ്ങൾ
തേടും ആത്മാവിൻ അപഥ സഞ്ചാരം.
നോവിൻ പാതയിൽ തുടങ്ങും
ചേതനതൻ യാത്ര,
ഒടുവിൽ ഈശനിൽ
ശരണം കൊള്ളുന്നു.
സന്താപത്തിൽ തുടങ്ങി
സന്തോഷം വരെ.
ആത്മാവിൻ പദയാത്ര വിചിത്രമല്ലോ !

മുപ്പത്തിയഞ്ചാം സങ്കീർത്തനം

ചേതന ആത്മാഹൂതിയാം
ചുഴിയിലമർന്നു കലങ്ങി,
ശ്വാസോച്ഛ്വാസം നിലച്ച പിണം.
കണ്ഠനാളങ്ങൾ കൂടിയമർന്ന്
അനശ്വരമാം ജീവവായു
അപഹരണമാടിത്തിമിർത്ത
മരണമാം പ്രേയസിയേ...
ഭ്രാന്തമായിരുന്നെൻ അനുരാഗം
സൃഷ്ടിയാം മാതൃപിതൃ
ജ്ഞാനമാണെന്നനുരാഗം
പൂമെത്തവിരിച്ച പൂജ്യപീഠമീ
അനുരാഗം.
കാർപേതൃ തൻ കാലപുരിയിൽ

ഒരുപിടി കയറിനെ സ്നേഹിച്ചു
പോയ എൻ തരളമാം ഗളവും.
കഠാരത്തുമ്പിനോടാകൃഷ്ടയായ
സ്നായുവിൻ പ്രണയം.
വിഷമുകുളമിതോർത്ത്
കൊതിതുള്ളിയെൻ
രസമുകുളത്തിൻ കാമേച്ഛ.
ജനമദ്ധ്യപാതയോരങ്ങളിലും
തൻ ഗൂഢമാം കിടപ്പറയിലും
ലഭിച്ചില്ലവൾക്കവൻതൻ ചൂട്.
ആവേശത്തിരയിതണയും മുമ്പേ
അണയൂ എൻ മരണമാം താതാ
വേദനയാം കാലക്കയത്തിൽ
നിന്നും കോരിയെടുത്ത്
മൃതുവിൻ ശാന്തമാം
കടലിൽ അലിയിച്ചാലും.

മുപ്പത്തിയാറാം സങ്കീർത്തനം

നിഴലുലകിൻ രാവുകളിൽ,
അന്ധത ബാധിച്ച ഇന്ദ്രിയങ്ങളുള്ള
ഒരു ആത്മാവ് നിവസിക്കുന്നു.
നിശബ്ദമായ നിലവിളികളാലത്
വേട്ടയാടപ്പെടുന്നു.
ആന്തരിക കലഹങ്ങളുടെ
പടുകുഴിയിൽ മുങ്ങിത്താഴുന്നു.
പ്രത്യാശയും നിരാശയും ഒരുപോലെ
കാതിൽ മന്ത്രിക്കുമ്പോൾ മനം
സംഭ്രമിച്ചു പോകുന്നു.
ഒരിക്കലും ഉണങ്ങാത്ത മുറിവുകളിൽ
ഹൃദയം അഭിരമിക്കുന്നു.
ദുർബലമായ ഹൃദയത്തിൻ
ഓരോ മിടിപ്പിലും നോവിന്റെ
ഗാനം പ്രതിധ്വനിക്കുന്നു.
ജീവിതം സന്താപത്തിൻ
സ്വരലയമാവുന്നു.
ചേതന പശ്ചാത്താപത്തിൻ
പടിവാതിൽക്കൽ നിൽക്കെ,
യാന്ത്രികമായി സഞ്ചിരിക്കും,
ഇരുളിൽ നിഴലാട്ടമാടും
കൂത്ത് പാവകളായി
മനുഷ്യൻ മാറുന്നു.
വേദനകൾ നൂൽ നൂൽക്കും
തമസ്സിൻ ചവുക്കാളത്തിൽ

ആത്മാവ് നിശ്ശബ്ദമായി ഉറങ്ങുന്നു.
ക്ഷതങ്ങൾ മായാത്ത,
മുറിവേറ്റ ഭൂതകാലത്തിൻ
ഭൂതങ്ങൾ വേട്ടയാടവേ
അത് ഇരുളിൽ പ്രതീക്ഷ
തൻ നാളങ്ങൾ തേടുന്നു.
ആത്മനാശത്തിൻ അന്തരീക്ഷത്തിൽ,
നീറും പീഡകൾക്കു മുകളിൽ,
പ്രത്യാശതൻ മഴമേഘം
തനിക്കായി മഴ പൊഴിക്കും എന്ന
ചിന്തയിൽ അത് വാഴുന്നു.
വെളിച്ചവും ഇരുളും തമ്മിലുള്ള
ഈ നിഴലാട്ടത്തിൽ ആത്മാവ്

സംതൃപ്തി തേടുന്നു.
എന്തെന്നാൽ, പീഡിപ്പിക്കപ്പെട്ടവനും
ഒരു നാൾ മോചനത്തിൻ
ആശ്ലേഷണം ലഭിക്കേണ്ടതുണ്ട്.
ഇത്, പീഡിതനിൻ സംഗീതം.
ചേതനയിൻ ആത്മാനുരാഗം.
പ്രത്യാശയുടെ, പ്രതീക്ഷയുടെ,
ഇരുളിന്റെ സങ്കീർത്തനം.